பழைய யானைக் கடை

பழைய யானைக் கடை

சங்கம் முதல் சமகாலக் கவிதைகள் வரை

இசை (பி. 1977)

இயற்பெயர் ஆ. சத்தியமூர்த்தி. கோவை மாவட்டம் இருகூரில் வசித்துவருகிறார்.

‘காற்று கோதும் வண்ணத்துப்பூச்சி’ (2002), ‘உறுமீன்களற்ற நதி’ (2008), ‘சிவாஜி கணேசனின் முத்தங்கள்’ (2011), ‘அந்தக் காலம் மலையேறிப் போனது’ (2014), ‘ஆட்டுதி அமுதே!’ (2016), ‘வாழ்க்கைக்கு வெளியே பேசுதல்’ (2018), ‘நாயகன் வில்லன் மற்றும் குணச்சித்திரன்’(2019), ‘உடைந்து எழும் நறுமணம்’ (2021) ஆகிய கவிதைத் தொகுப்புகளும் ‘அதனினும் இனிது அறிவினர் சேர்தல்’ (2013), ‘லைட்டா பொறாமைப்படும் கலைஞன்’ (2015), ‘உய்யடா உய்யடா உய்!’ (2017), ‘தேனொடு மீன்’ (2020), ‘மாலை மலரும் நோய்’ (2021), ‘அழகில் கொதிக்கும் அழல்’ (2022) ஆகிய கட்டுரைத் தொகுப்புகளும் வெளியாகியுள்ளன.

மின்னஞ்சல்: isaikarukkal@gmail.com

இசை

பழைய யானைக் கடை
சங்கம் முதல் சமகாலக் கவிதைகள் வரை

காலச்சுவடு பதிப்பகம்

அன்பார்ந்த வாசகருக்கு,

வணக்கம்.

காலச்சுவடு நூலை வாங்கியமைக்கு நன்றி.

நூலின் உள்ளடக்கம், உருவாக்கம், அட்டைப்படம் இன்ன பிற அம்சங்கள் பற்றிய உங்கள் கருத்துகளையும் ஆலோசனைகளையும் காலச்சுவடு வரவேற்கிறது. தகவல், எழுத்து, வாக்கியப் பிழைகள் தென்பட்டால் கட்டாயம் தெரிவித்து உதவுங்கள். நூல் தயாரிப்பில் கடும் குறைபாடு இருப்பின் மாற்றுப் பிரதி உங்களுக்குக் கிடைக்கக் காலச்சுவடு ஏற்பாடு செய்யும்.

மின்னஞ்சல்: publisher@kalachuvadu.com

காலச்சுவடு நாகர்கோவில் தலைமையகத்துக்கும் கடிதம் அனுப்பலாம்.

தங்கள்
எஸ்.ஆர். சுந்தரம் (கண்ணன்)
பதிப்பாளர் — நிர்வாக இயக்குநர்

பழைய யானைக் கடை ♦ இலக்கியத் திறனாய்வுக் கட்டுரைகள் ♦ ஆசிரியர்: இசை ♦ © ஆ. சத்தியமூர்த்தி ♦ முதல் பதிப்பு: டிசம்பர் 2017, மூன்றாம் (குறும்) பதிப்பு: டிசம்பர் 2022 ♦ வெளியீடு: காலச்சுவடு பப்ளிகேஷன்ஸ் (பி) லிட்., 669, கே.பி. சாலை, நாகர்கோவில் 629001

pazaiya yaanaik kaTai ♦ Essays on Literary Criticism ♦ Author: Isai ♦ © A. Sathyamurthy ♦ Language: Tamil ♦ First Edition: December 2017, Third (Short) Edition: December 2022 ♦ Size: Demy 1 x 8 ♦ Paper: 18.6 kg maplitho ♦ Pages: 168

Published by Kalachuvadu Publications Pvt. Ltd., 669, K.P. Road, Nagercoil 629001, India ♦ Phone: 91-4652-278525 ♦ e-mail: publications @kalachuvadu.com ♦ Printed at Clicto Print, Jaleel Towers, 42 KB Dasan Road, Teynampet Chennai 600018

ISBN : 978-93-86820-17-4

12/2022/S.No. 797, kcp 4129 18.6 (3) 1k

பொருட்படுத்தும்படியான கவிதைகள் எதையும் எழுதியிராத 'மதுரகவியாழ்வாரை' சிலையாக்கி, தெய்வமும் ஆக்கிவிட்டது மதம். 'மதுரகவிராயருக்கு' தமிழ் இலக்கிய மாணவர்களான நாம்தான் ஏதாவது செய்ய வேண்டும்.

"நாம இலக்கியத்துக்குள்ள நுழையறப்ப யார் மூஞ்சில முழிக்கறோம்கறது ரொம்ப முக்கியம் . . . நான் வருகையில் எதிர் நின்றுகொண்டிருந்த சுகுமாரனுக்கு என் எல்லா எழுத்து முயற்சிகளிலும் ஏதேனும் ஒரு வகையில் பங்கிருக்கவே செய்கிறது."

'அதனினும் இனிது அறிவினர் சேர்தல்' நூலிலிருந்து

மதுரகவிராயருக்கும்
கவிஞர் சுகுமாரனுக்கும்

நன்றி

கணையாழி வாசகர் வட்டம், கபாடபுரம்.காம்,
நான்காவது கோணம், தக்கை இலக்கிய அமைப்பு

இளங்கோ கிருஷ்ணன், கண்ணகன்,
க. மோகனரங்கன், ஜெயமோகன், மிஷ்கின்,
பழ. அதியமான், யுவன் சந்திரசேகர்,
ஆ.இரா. வேங்கடாசலபதி, சுகா, 'வானம்' வெங்கட்,
கே.என். செந்தில், அமுதா, வாண்ஸ், வே. பாபு,
விஷால் ராஜா, ஜான்சுந்தர், கவின்மலர், சாம்சன்,
குணா கந்தசாமி, மகாத்மா கேப்ரியல்

பொருளடக்கம்

முன்னுரை: நகை எனும் மெய்ப்பாடு	11
என்னுரை: கவிதையின் விளையாட்டு	19
நூல் அமைப்பு முறை	23
வாயில்	25
அகப் பாடல்கள்	27
புறப் பாடல்கள்	41
நீதி நூல்கள் I	50
நீதி நூல்கள் II	60
காப்பியம்	65
பக்தி இலக்கியம்	70
சிற்றிலக்கியங்கள்	75
கம்பர்	79
தனிப்பாடல்கள்	101
மஹாகவி பாரதி	106
நவீனம்	111
இது பகடியின் காலமா?	129
விளையாட்டின் அழகியல்	159
சான்றுப்பட்டியல்	165

முன்னுரை

நகை எனும் மெய்ப்பாடு

தமிழ்ப் படைப்பாளிகளின் பெருந்தொகையில், கவிஞர்கள் குறுந்தொகையினர் அல்லர். எம்மொழி யிலும் உன்னதமான வெளிப்பாட்டு நிலை கவிதை. "சான்றோர் கவி எனக் கிடந்த கோதாவரி" என்பான் கம்பன். ஆழத்துக்கு, அகலத்துக்கு, வேகத்துக்கு, தெளிவுக்கு, உயிர் சுமந்த தன்மைக்கு கோதாவரி உவமை. ஆனால் கவிதை எளிமையான இலக்கிய வடிவம் என்று இன்று புரிந்துகொள்ளப்பட்டிருப்பது ஒரு அவலம்.

தமிழ்நாட்டில் எத்தனை ஆயிரம் சீத்தாப்பழச் செடிகள் இருக்கும்? ஒவ்வொரு பருவகாலத்தும் ஒவ்வொரு செடியும் எத்தனை கனிகள் தரும்? ஒவ்வொரு கனிக்குள்ளும் எத்தனை வித்துக்கள் இருக்கும்? அவை அத்தனையும் முளைத்துச் செடியானால், தமிழ் மாநிலத்தில் சீத்தாப்பழச் செடிகள் நிற்கவே இடம் பற்றாது. ஆனால் முளைக்க என விதிக்கப்பட்டவை, ஆடுமாடு மேயாமல் வளர அனுமதிக்கப்பட்டவை, வளர்ந்து பூத்துக் காய்த்துக் கனிந்து சீவராசிகளுக்கு உதவலாம் எனும் முன் தீர்மானம் கொண்டவை அரிதினும் அரிய. ஒரு சீத்தாப்பழச் செடிக்கே இவ்வளவு என்றால் ஆயிரம் ஆண்டுகள் நின்று நிலைத்து இன்றும் வாழும் கவிஞன் என்பவன் காலத்தால் விதிக்கப்பட்டவன் அல்லவா! அவ்விதமான கவிஞர் இனம்தான் மொழியைச் செழுமைப்படுத்தும், சீரமைக்கும், வாழவைக்கும், வழி நடத்திச் செல்லும். கவிஞர் எனும் சொல் பொதுப்பால். எனவே பெண் கவிஞரைக் கருத்தில் கொள்ளவில்லை என்றெவரும் முகநூலில் பதியாதீர்!

1958இல் எழுதிய கட்டுரை ஒன்றில், க.நா.சு ஸ்டெந்தால் எனும் பிரஞ்சு எழுத்தாளரை மேற்கோள் காட்டுகிறார். "இப்போது வெளிவருகிற கவிதையைவிட வசனமே மிகவும் சிறப்பான கலை" என்று. அவ்விதம் ஏற்றுக்கொள்வதற்கும் இல்லை. நெல் பயிரிடும்போதுதான் களைகள் அதிகம் வளரும் என்றும், கோதுமை பயிர் செய்தால் அங்ஙனம் இல்லை என்றும் சொல்வதை ஒத்தது அது. எஞ்ஞான்றும் மொழியின் உன்னதம் கவிதைதான்.

அரைநூற்றாண்டுக்கும் மேலாகத் தமிழ்ப் படைப்புச் சூழலைக் கவனித்து வருபவன் என்ற கணக்கில், சமகாலக் கவிதை, கதை, நாவல், கட்டுரை, திறனாய்வு என்று செயல்படும் இளைஞர்களின் தொகை மிகுந்த ஊக்கம் தருவதாக இருக்கிறது. நல்லவை வாழும் அல்லவை மாயும் என்பது பொது விதி. அதில் நமக்கு வழக்கில்லை.

நவீனத் தமிழ்ப் படைப்பாளிகளில் உற்சாகமும் படைப்பூக்கமும் தீவிர வாசிப்பும் கொண்டவர் கவிஞர் இசை. கவிதை என்பது அவரது தனித்த அடையாளம். அதனினும் சிறப்பு அவர் உரைநடை இலக்கியத்தில் செலுத்தும் தீவிரம். "உய்" என்பதோர் ஊதல் ஒலி எனப் புரிந்துகொண்டிருக்கும் தமிழ்க்கூட்டத்தில் 'உய்யடா உய்யடா உய்!' என்று அவரால் கட்டுரை நூல் எழுதச் சாத்தியமாகி இருக்கிறது. ஏற்கெனவே ஐந்து கவிதைத் தொகுப்புகள். இது நான்காவது கட்டுரைத் தொகுப்பு. 2002இல் துவங்கிய அவரது படைப்புப் பயணம் 15 ஆண்டுகளில், 40 வயதுக்குள் கடந்திருக்கும் தூரம் கணிசமானது.

'பழைய யானைக் கடை' எனும் இந்தக் கட்டுரை நூல் மூவாயிரமாண்டுத் தமிழ்க் கவிதை பற்றியது. இதுவரை ஆராயப் படாததோர் கோணத்தில் பண்டிலிருந்து இன்றுவரையிலான தமிழ்க் கவிதைகளைப் பரிசீலிக்கிறார்.

தொல்காப்பியப் பொருளதிகாரத்தின் மெய்ப்பாட்டியல் நூற்பா,

> நகையே அழுகை இளிவரல் மருட்கை
> அச்சம் பெருமிதம் வெகுளி உவகை என்று
> அப்பால் எட்டே மெய்ப்பாடு என்ப

என்று உணர்ச்சி நிலைகளைப் பேசுகிறது. இந்த எட்டு மெய்ப்பாடு களில் முதலாக வைத்துப் பேசப்படுவது நகை. அதனைச் சிரிப்பு, பகடி, அங்கதம், கிண்டல், கேலி, இளக்காரம் என்றெல்லாம் உட்பிரிவுகள் செய்யலாம். பல்லாயிரம் ஆண்டுகள் கடந்தும் முதல் தரத்து உலக மொழிகளில் ஒன்றான, ஆனால் இரண்டாம்

தரத்து இடம் வழங்கப்படுகிற இந்திய மொழிகளில் ஒன்றாக, அவல வாழ்க்கை நடத்திக்கொண்டிருக்கும் மொழியின் தொல்மரபில் இருந்துவருகிற கவிதை, இன்றுவரை "நகை" எனும் மெய்ப்பாட்டை எப்படிக் கையாள்கிறது என்பதை விரிவாகப் பேசுகிறார் இசை. நகை என்பதை அவர் விளையாட்டு என்ற பொருளில் ஆள்கிறார். விளையாட்டு ஈண்டு *'games'* அல்லது *'sports'* அல்ல; *'play'* எனும் பொருள். நகை எனும் மெய்ப்பாடு சார்ந்த மொழி விளையாட்டு . . . கவி விளையாட்டு.

சொல்லப் புகுந்தால் 'பழைய யானைக் கடை' என்ற தலைப்பே கவிஞரின் மொழி விளையாட்டுத்தான். பழைய புத்தகக் கடை, பாத்திரக் கடை, கலைப் பொருட்கள் கடை, சிலைகள் கடை, ஆபரணங்கள் கடை, இசைக் கருவிகள் கடை, அரசியல் கொள்கை முழக்கங்கள் கடை போன்று 'பழைய யானைக் கடை.' நூலின் தலைப்பு ஒரு கட்டுரை எழுதுவதற்கான தூண்டுதலைத் தருகிறது. ஆனால் தலைப்பின் உரிமம் இசை கைவசம். பரிசிலாகப் பெற்ற வாரணத்தை – கவனிக்கவும் வாரணம், வானரம் அல்ல – புலவன் என்ன செய்திருப்பான்? உண்மையிலேயே வேழத்தைப் பரிசாகத் தந்தனரா? இன்றைய நமது சட்டமன்ற உறுப்பினர் அளவுக்கே செல்வம் வைத்திருந்த குறுநில மன்னரிடம் எத்தனை யானைகள் இருந்திருக்கும்? நகத்தினால் கிள்ளிப் பறித்த குப்பைக் கீரையை, உப்பு வாங்கக் கூடப் போக்கில்லாமல் அப்படியே வேகவைத்து, "இல்லி தூர்ந்து போன பொல்லா வறுமுலையாட்டியான" தன் மனைவியின் பசியும், அவள் மகவின் பசியும் போக்கியதாகப் பாடிய புலவன், பரிசாகப் பெற்ற கரியை என்ன செய்வான்? 'பழைய யானைக் கடை'யில்தான் கொண்டு விற்பான்!

சங்கப் பாடல்களினுள்ளும், நீதிநூல்களிடத்தும், தமிழின் ஒப்பற்ற காவியமான கம்ப இராமாயணத்திலும், தெய்வமாக்கவி பாரதியினிடத்தும், நவகவிதைப் புலத்திலும், சிற்றிலக்கியங் களிலும் நகை எனும் மெய்ப்பாடு தேடும் முயற்சி இந்த நூல்.

தொல்லிலக்கியங்களில் நகை என விளம்பப்பட்ட பல பாடல்களும் இன்று நமக்கு நகை ஏற்படுத்துவதில்லை. "கொக்கு பற பற . . . கோழி பற பற . . ." என்ற விளையட்டு இன்று எந்தச் சிறுவருக்கும் சிரிப்பாணி மூட்டுவதில்லை என்பதுபோல. காமக் கலவியில் தலைவனுடன் பிணைந்து கிடக்கும் தலைவி, சேவல் விரைந்து கூவிப் பொழுது விடியச் செய்துவிட்டதாய்ச் சினங்கொண்டு, அந்தச் சேவலைக் காட்டு வெருகுப் பூனை தின்னக் கடவது என்று சபிக்கும் பாடலை மேற்கோள் காட்டுகிறார் இசை. இன்று நமக்கதில் நகை தோன்றுவதில்லை. ஏனெனில்

களவொழுக்கம் இன்று எப்படி, எங்கு, யாருடன் எப்பொழுதில் நடக்கிறது என்பதை நாமறிவோம்.

பாரதியின் தீராத விளையாட்டுப் பிள்ளை, தின்னப் பழம் கொண்டுவந்து, அதை எச்சில்படுத்திக் கடித்துக் கொடுக்கும் போதும் நகை தோன்றுவதில்லை. ஒரு ஐஸ்கிரீம் குச்சி வாங்கி இரண்டு பேர் நக்கும் காலம் இது. வாய் பிளந்து உறங்குபவரின் வாயில் நாலைந்து கட்டெறும்பு பிடித்துவிடுவதைக் குறும்பு என்றும் விளையாட்டு என்றும் நகைச்சுவையின் உச்சம் என்றும் மேடைத் தொழில் புரிவோர் மாய்ந்துமாய்ந்து வியப்பார்கள். நகைக்கு மாறாக, பாரதிக்குள் ஏனிந்த குரூரம் என்று நமக்கு இன்று கேட்கத் தோன்றும்.

கழுதையின் காதில் கட்டெறும்பு பிடித்துவிடுவதும், கீறிய தேங்காய்ச் சிரட்டையை அதன் காதில் "கிளிப்" செய்வதும், அதன் வாலில் தகர டின் கட்டி ஓட்டுவதும், சரவெடி கட்டிக் கொளுத்துவதும் எனது இளம் பிராயத்தில் பிற சிறுவர்க்கு விளையாட்டு. இன்று அது நகை அல்ல... இம்சை, குரூரம்.

தமிழ்க் கவிதையிலும் அன்றைய பல நகை, விளையாட்டு, இன்று பொருளற்றுப் போய்விட்டது என்பது இசையின் ஆய்வு. பல சங்கப்பாடல் வரிகளை எடுத்துக்காட்டுகிறார். பல தீவிரமான பாடல்கள் இன்று நமக்கு எதிர்மறையான சிரிப்பை ஏற்படுத்து கின்றன. நற்றிணையில் இளந்திரையனார் பாடல் வரிகள்...

"நோய் அலைக் கலங்கிய மதன் அழி பொழுதில்
காமம் செப்பல் ஆண் மகற்கு அமையும்"

என்கிறது. துன்பத்தால் நொந்து கலங்கி, வலிமையும் குன்றிய பொழுதில், ஆண்மகன் காதலை வாய்விட்டுக் கூறுவது உண்டு என்பது பொருள். இன்றோ முதற் குறுஞ்செய்தி "இளம் காலை வணக்கம்" என்றால், அடுத்த குறுஞ்செய்தி "மையலானேன் மானே" என்று போகிறது. அன்றைய புலவன் உத்தேசித்த மெய்ப்பாட்டுக்கு எதிர்மறை மெய்ப்பாடே இன்று நமக்கு சாத்தியப்படுகிறது.

"போர் முகத்தை அறியானைப் புலியே என்றேன்" என்றான் தனிப்பாடல் புலவன். தன்னால் பாடப்படுகிறவன் கோழை என்று அறிவான். ஆனால் தன் குடும்பத்துப் பசி போக்கப் பரிசில் வேண்டியதிருக்கிறது. தகுதியில்லாதவனைப் புகழ்ந்து பாட வேண்டிய தாரித்திரிய நெருக்கடி... இன்று இது நமக்குப் பரிதாபத் தோற்ற நகை விளையாட்டு. ஆனால் துரோகமும் ஊழலும் வஞ்சனையும் அறியாமையும் கொண்ட தலைவர்களைத் தெரிந்தே நவீனப் படைப்பாளர் சிலர், ஞாயிறு, மதி, செவ்வாய், புதன், குரு, சுக்கிரன் என்று புகழ்வதை என் சொல?

சிற்றிலக்கியங்கள் பலவற்றிலும் மின்னலடித்தாற் போன்று சில விளையாட்டுகள் உண்டு. கவிஞனின் நோக்கம் கடந்த விளையாட்டு. 'மூவரையன் விறலி விடு தூது' என்றொரு நூல். யாத்தவர் மல்லையூர் சிற்றம்பலக் கவிராயர். கிழத்தாசி, தொழில் முனைய வரும் இளம்தாசிக்குக் கூறும் புத்திமதிகள் சில . . .

"முக்கோடி செம்போன் முடிப்புக் கொடுத்தாலும்
கொக்கோக மார்க்கருடன் கூடாதே"

என்கிறாள். மூன்று கோடி செம்பொன் நாணயங்கள் முடிப்பு முடிப்பாகக் கொடுத்தாலும் கொக்கோக காமசாத்திரம் பயின்று வருபவருடன் கலவி செய்ய இசையாதே!

"பொன் போலத் துதிக்கும் புலவரை நீயும் துதித்துப்
பின்போய் கும்பிட்டு அனுப்பிப் பின்னை வா"

என்பது மேலுமோர் அறிவுரை. "பொன்னே, பூத்திருக்கும் நிலவே, சந்தனத்துச் சிலையே, சர்க்கரை வள்ளிக்கிழங்கே என்றெல்லாம் பாட்டெழுதி வரும் புலவரை ஒரு கும்பிடு போட்டு, வாசல்வரை சென்று வழியனுப்பி வா. கலவிக்கு இசைந்தால் பாட்டுத்தான் மிஞ்சும், பைசா பெயராது." இவையும் நகையின் பாற்பட்டதுவே.

சில மிகைகள் இன்று நமக்கு மிகையாக மட்டுமே பொருள் படாமல், நகையாகவும் தோன்றுகின்றன. தமிழ் சினிமா பாடல் ஒன்று . . . "உப்புக் கடல் நீரும் சர்க்கரை ஆகலாம், முப்பது நாளிலும் நிலவு தோன்றலாம், நீ சொன்னது எப்படி உண்மையாகலாம்" என்று அரற்றுகிறது. உத்தேசமாகப் பாடலை எடுத்தாள்கிறேன். எனினும் கருத்து அதுதான். கதாநாயகனின் தாங்க முடியாத சோகம், விரக்தி, கையறு நிலை நமக்கு நகை ஏற்படுத்துகிறது.

புறநானூற்றில், வேள் பாரியைக் கபிலர் பாடியது . . .

"பாரி பாரி என்று பல ஏத்தி
ஒருவன் புகழ்வர் செந்நாப் புலவர்
பாரி ஒருவனு மல்லன்
மாரியும் உண்டு ஈண்டு உலகு புரப்பதுவே"

"எவன்டா அவன், எப்பப் பார்த்தாலும் பாரி பாரின்னு ஏற்றிப் போற்றிப் பாடுகிறான் செந்நாப் புலவன்? இங்கு உலகைக் காக்க பாரி மாத்திரமாடா இருக்கான்? மாரி இல்லையா?" என்கிறார் கபிலர். மாரி என்றால் மழை என்று பொருள். பேட்டை மாரி என்று அல்ல.

முத்தொள்ளாயிரத்தில் ஒரு பாடல். உறையூர் மன்னன் கிள்ளிவளவனின் பட்டத்து யானை ஒரு காலை காஞ்சிபுரத்தில் வைத்தால், மறுகாலை உஜ்ஜயினி நகரத்தில் வைக்குமாம்.

நமது திராவிட இயக்கக் கவிஞர்கள் தோற்றுப் போவார்கள். என்றாலும் இவ்வகை மிகைகளில் நமக்கு மாறுபட்ட நகை தோன்றுகிறது.

அன்று நகை என்று எண்ணிப் புலவர் பாடியது இன்று நமக்கு நகை அல்ல. நகை என்று இன்று நமக்குப் படுவது எதிர்வரும் சந்ததியினருக்கு வளிப்பு வர்த்தமானமாகும். 'நன்னூல்' எனும் பவணந்தி முனிவரின் இலக்கண நூலின் புறனடையாக வரும் பாடல்,

> "பழையன கழிதலும் புதியன புகுதலும்
> வழுவல கால வகை யினானே"

என்கிறது. வழி நெடுகப் பல பாடல் மேற்கோள்கள் மூலம் இசை இதனை நிறுவுகிறார்.

சில பாடல்களில் நகை இல்லாமலும் இல்லை என்கிறார். கம்பனில் ஒரு பாடல். சுந்தர காண்டம்... ஊர்தேடு படலம்... தூரத்தில் நின்று இலங்கை மாநகரின் அணி மதில்களின் கிடப்பைப் பார்க்கிறான் அனுமன்...

> "கறங்கு கால் புகா; கதிரவன் ஒளிபுகா; மறலி
> மறம் புகாது; இனி வானவர் புகார் என்கை வம்பே!
> திறம்பு காலத்துள் யாவையும் சிதையினும் சிதையா
> அறம் புகாது, இந்த அணி மதில் கிடக்கை நின்று அகத்தின்!"

என்பது பாடல். இந்த பலமான பாதுகாப்பான மதிலின் கிடப்பைத் தாண்டி, சுற்றித் திரிகின்ற காற்றும் புகாது. கதிரவனின் ஒளி புகாது. யமனின் கொலைத் தொழில் புகா. யாவுமே சிதைந்து போகும் ஊழிக்காலத்தில் சிதையா நிற்பது அறம் மாத்திரமே! அந்த அறமும் புகாது. அப்புறம் என்னடா மயிராண்டி, இதனுள் வானவர் புக இயலாது என்று தனியாகக் கூறுவது? இது கம்பனின் விளையாட்டு.

இத்தகு விளையாட்டுகளை, சம காலத்திலும் சிரிப்பைக் கொண்டுவரும் நுட்பமான நகைச்சுவையை நூல் முழுக்கத் தேடுகிறார் இசை. இன்னொரு சோகம், இன்றைய நமது வாழ்க்கை நகைக்கும்படியாகவா இருக்கிறது? இதை எழுதும் நான், டெங்கு வந்து செத்துவிடுவேனோ என்ற கவலையுடன்தான் எழுதுகிறேன்.

இசை மேற்கோள் காட்டும் பாரதியின் 'மழை' கவிதை, அவரது உன்னதங்களில் ஒன்று. மிகத் தீவிரமான பாடல். 'கலைக்களஞ்சியம்' தொகுத்த, தமிழிசைக் கீர்த்தனைகள் எழுதிய பெரியசாமித் தூரன் அந்தக் கவிதையில் 'தமாசு' இருப்பதாகக் கூறுவதை இசை கேள்விக்கு உட்படுத்துகிறார்.

பாடலை வாசித்துப் பாருங்கள், கொந்தளிப்பை உணரலாம். சிரிப்பாணி வரவே வராது.

நவீனக் கவிதைகளில் நகை பரவலாக ஆட்சி செய்வதைப் பல மேற்கோள்கள் மூலம் இசை விரிவாகப் பேசுகிறார். காதல், புலம்பல், காமம், தோல்வி, விரக்தி, கணக்கற்ற விடுதலைகள் யாவற்றையும் கடந்து நகையும் நின்று பேசுகிறது. இங்கு சில வரிகளை மேற்கோள் காட்டலாம். ஆனந்த விகடனில் நம்பிக்கை தரும் இளம் படைப்பாளிகள் பற்றிய கேள்வி ஒன்றுக்குப் பதில் சொல்லி நான் சுமந்த அவப்பெயர் நினைவில் உண்டு.

பொதுவாக எழுத்தாளன் என்றால் தீவிரமாகத்தான் முகத்தை வைத்துக்கொள்ள வேண்டும் என்ற பெரும்பான்மைக் கொள்கைக்கு எதிரானவர் இசை. அவரது கவிதைகளில் கட்டுரைகளில் அது காணக் கிடைக்கும். இதுவரை மரபு வழிப் பேராசிரியர் எவரும் செலவு மேற்கொள்ளாத திக்கில் இசையின் இப்பயணம் சாலவும் நன்று.

தமிழில் கவிதை எழுத அகராதிகளைக் கரைத்துக் குடித்திருக்க வேண்டுமா எனும் கேள்வியை நாம் செவிப்பட்டதுண்டு. நவீனக் கவிதை எழுதுவோருக்குச் சங்க இலக்கியமோ, காப்பியங்களோ, நீதி நூல்களோ, பக்தி இலக்கியங்களோ, சிற்றிலக்கியங்களோ, தனிப்பாடல் திரட்டோ எவ்விதம் பயன்படும் என்ற கேள்வியும் உண்டு. வாய்ப்பாட்டுக்காரன் தாள வாத்தியமும் கற்றுவைத்திருப் பதைப்போல அது. பயனே அன்றிச் சுமையல்ல. சுமை என்று சொன்னவரும் உண்டுதான். கற்றவனுக்கே அந்த வேறுபாடு பொருளாகும். தோய்ந்து வாசித்துப் பார்த்தால், சொந்த வெளிப்பாட்டு மொழியில், திறனில் வேறுபாடு தெரியும். இசை அதற்கோர் எடுத்துக்காட்டு. அவரது தொல்லிலக்கிய வாசிப்பு நம்மை வியப்புக்கு உள்ளாக்குகின்றது.

"பெரிதினும் பெரிது கேள்" என்று அவரை வாழ்த்தத் தோன்றுகிறது.

கோயம்புத்தூர் 641042 மிக்க அன்புடன்
13 நவம்பர் 2017 **நாஞ்சில் நாடன்**

என்னுரை

கவிதையின் விளையாட்டு

சங்கத்திலிருந்து சமகாலம்வரை கவிதைக்குள் 'விளையாட்டு' எப்படி இயங்கி வந்திருக்கிறது என்றறிந்துகொள்ளும் விருப்பத்தில் விளைந்ததே இந்நூல். மொழிக்குள் 'விளையாட்டு' என்பது எது? அது அங்கு எவ்விதம் தொழில்படுகிறது? எந்த அளவில் விளையாட வேண்டும்? இவை கொஞ்சம் சிக்கலான கேள்விகள். நகைச்சுவை, பகடி, சுவாரஸ்யம், வினோதம் இவற்றுடன் 'பரிட்சார்த்த முயற்சி' என்கிற ஒன்றையும் சேர்த்து நான் 'விளையாட்டு' என்று புரிந்துகொள்கிறேன். இவற்றில் சுவாரஸ்யம், வினோதம், பரிட்சார்த்த முயற்சி ஆகியவற்றுடன் கொஞ்சம் 'துடுக்குத்தனமும்' சேர்ந்திருக்க வேண்டியது அவசியம். 'இரசம்' மனத்துக்குத் தக்க மாறும் என்பதே அறிஞர் கூற்று. நான் விளையாட்டு என்று கொள்வது உங்களுக்கு அப்படித் தோன்றாமல் இருக்கவும் வாய்ப்புண்டு.

இது ஒரு முழுமையான ஆய்வுநூல் அல்ல. இப்பொருளைத் தீர ஆய்வு செய்ய வேண்டுமெனில் தமிழில் இதுவரை எழுதப்பட்ட எல்லாக் கவிதைப் பிரதிகளையும் வாசித்திருக்க வேண்டும். அதற்கு இப்பிறவி போதாது. நீங்கள் ஒரு 'சாம்பிள் சர்வேயை' எவ்வளவு பொருட்படுத்துவீர்களோ அவ்வளவு பொருட்படுத்தினால் போதும் இப்புத்தகத்தை. எனவே இந்நூல் விடுபடல்கள் உடையதே என்பதைத் தெளிவாகச் சொல்லிக்கொள்ள விரும்புகிறேன். சங்கத்தைப் பொறுத்தமட்டிலும் அகநானூறும் நற்றிணையும் முக்கியமான விடுபடல்கள். இப்படி ஒவ்வொரு வகைமையிலும் ஏதோ ஒன்று விடுபட்டிருக்கிறது. விடுபற்றவற்றில் விளையாட்டுகள்

இருக்கலாம். அவை இன்னொரு ஆய்வாளனுக்கானது. இப்படி இன்னும் சிலர் இதில் இறங்கி விடுபடல்களை நிரப்பி முடித்தால் தமிழ்க் கவிதைக்குள் விளையாட்டின் இயங்குவிதம் குறித்த ஒரு முழுமையான சித்திரம் நமக்குக் கிடைக்கும். அந்த ஆய்வுகளுக்கான வாயிலாக இந்நூல் அமையட்டும்.

பழந்தமிழ்க் கவிதைகளைப் பொறுத்தமட்டிலும் அதில் என்ன உள்ளது என்பதைச் சுருக்கமாகச் சொல்லிவிட்டு, பிறகு அதில் விளையாட்டு எப்படி தொழில்படுகிறது என்று சொல்ல முயன்றிருக்கிறேன். பழந்தமிழ்க் கவிதைகளைக் கற்க ஆசை கொள்ளும் ஒரு புது வாசகனைக் கருத்தில்கொண்டு இப்படி அமைத்திருக்கிறேன். வெறுமனே குறுந்தொகையின் 18ஆவது பாடல் என்று தகவல் தந்துவிட்டுப் போவதில் ஒரு இன்பமும் இருப்பதாக எனக்குப் படவில்லை. இம்முறையில் முதலில் அவன் குறுந்தொகையைக் குறித்துக் கொஞ்சமாகவேனும் அறிந்துகொள்கிறான். அதன் பிரமாதமான வரிகள் சிலவற்றை வாசித்துவிடுகிறான். இப்போது குறுந்தொகை அவனுடையதும் ஆகிவிடுகிறது. அவனுடைய குறுந்தொகையில் 18ஆவது பாடல் என்று சுட்டுவதில் ஒருவித இணக்கம் வந்துவிடுகிறது. எனவே பாரதி வரை இம்முறையைக் கையாண்டிருக்கிறேன்.

கவிதைதான் என் காதலி. வசனம் இடையில் வந்தவள்தான். ஆனால் இடையில் வந்தவள் போலவே அவள் நடந்துகொள்வதில்லை. அவளும் சரிபாதி பங்கு கேட்கிறாள். எனினும் இந்நூல் கவிதை குறித்தான கட்டுரை என்பதால் இருவருக்குமிடையே தற்காலிகச் சமாதானம் நிலவுகிறது.

நண்பர் சீனிவாசன் ஒருமுறை *கணையாழி* வாசகர் சந்திப்பில் உரையாற்றுமாறு அழைத்தபோது சென்னை வரை சென்று ‘கச்சேரி’ செய்வதில் உள்ள அலுப்பால் முதலில் மறுத்தேன். மறுத்த என்னை வருந்தி அழைத்துப் பேச வைத்தார். அப்போது ஒரு கட்டுரையாக எழுதியதை மேலும்மேலும் விரித்து எழுதி உருவானதே இந்நூல். எனவே நண்பர் சீனிவாசனுக்கு என் முதல் நன்றி.

இந்நூல் சிறுகட்டுரையாக எழுதப்பட்ட காலத்தில் முதல் வாசகர்களாக அமைந்து தம் கருத்தைப் பகிர்ந்துகொண்டவர்கள் எம். கோபாலகிருஷ்ணன், பெருமாள்முருகன், சாம்ராஜ், ஷாலினி ஆகியோர். இவர்களுக்கு என் அன்பு.

நூலின் செம்மையாக்கத்தில் என்னை விடவும் ஆர்வத்தோடு பங்கெடுத்த நண்பர் ஏ.வி. மணிகண்டனுக்கு எனது வந்தனங்கள்.

கடும் வேலை நெருக்கடிகளுக்கிடையேயும் முன்னுரை அளித்திருக்கிற நாஞ்சில் நாடனுக்கு மிக்க நன்றி.

அட்டை வடிவமைப்பிற்கான முன்னேற்பாடுகளால் என்னை பீதியடையச் செய்த ரோஹிணி மணிக்கும், நூல் வடிவமைப்பில் பொறுமை காத்தமைக்காக சுபாவிற்கும் எனது நன்றிகள்.

குறிப்பிட்ட ஒன்றைத் தீவிரமாகத் தேடுகையில் உண்மையில் அது துலங்கி வருகிறதா? அல்லது மறைந்துகொள்கிறதா? எனக்கு ஒரு கட்டத்தில் எல்லாமே விளையாட்டாகவும், எதுவுமே விளையாட்டில்லை என்பதாகவும் மயங்கிக் குழம்பிவிட்டது. இந்தப் புத்தகத்தை முடித்து வைக்கும் இந்நாளில் அறிவின் நரகத்திலிருந்து எட்டிக்குதித்துத் தப்பி ஓடுகிறேன்.

'நகை' என்கிற ஒரு விஷயம் மட்டும் இல்லையெனில் இந்நேரம் என் உடலில் பாதி கோணித்துக்கொண்டிருக்கும். ஒருவிதத்தில் அதற்கான நன்றிக்கடனாகவும் இத்தொகுப்பைக் கருதலாம்.

எழுத்தைத் தவிர வேறு மகிழ்ச்சியில்லை என்பது உண்மையில் துரதிர்ஷ்டம். ஆனால், அதை அதிர்ஷ்டம் போலவே பாவித்துக்கொள்வது இதயத்திற்கு நல்லது.

இருகூர் **இசை**

10.09.2017

நூல் அமைப்பு முறை

சங்கத்திலிருந்து சமகாலம்வரைக்கும் கவிதையில் நிகழ்ந்துவந்துள்ள விளையாட்டுகளை பேசுகிறது இந்நூல். பழந்தமிழ்க் கவிதைகளைச் சுருக்கமாக அறிமுகம் செய்துவிட்டுப் பிறகு அதில் இடம்பெற்றுள்ள விளையாட்டுகளைக் குறித்துப் பேசியுள்ளேன். பழந்தமிழ்க் கவிதைகளிடம் அறவே அறிமுகமற்ற புது வாசகனின் நிமித்தம் இம்முறை கைக்கொள்ளப்பட்டுள்ளது. அக்கவிதைகளுக்கான உரையையும் நானே எழுதியுள்ளேன். மதிப்பிற்குரிய உரையாசிரியர்களின் உதவியுடன்தான் எழுதி யிருக்கிறேன், ஆனால் என் மொழியில்... என் லயத்தில். தமிழ்ச் சான்றோர் இப்பிள்ளையைப் பொறுத்தருள்க. பழந்தமிழ்க் கவிதைகளின் அருகில் இருக்கும் எண்கள் பாடல் எண்களைச் சுட்டுபவை யாகும்.

'கவிதையின் விளையாட்டு' என்கிற கட்டுரை ஒன்றை எதேச்சையாக எழுத நேர்ந்தது. அந்த அனுபவம் மிகவும் சுவாரஸ்யமானதாக இருந்தது. 'உம்மணாம்மூஞ்சி' என்று சொல்லப்படும் தமிழ்க் கவிதை எப்போதெல்லாம் விளையாடியிருக்கிறது என்று தேடிப்பார்க்கத் தோன்றியது. நிறையப் பேர் தனிப்பாடல் திரட்டிலிருந்துதான் விளையாட்டுகள் துவங்குகின்றன என்று சொன்னார்கள். ஆனாலும் எனக்கு மனம் அடங்கவில்லை. சரி முற்றாகத் தேடிப் பார்த்துவிட்டுப் பிறகு உறுதி செய்துகொள்ளலாம் என்று கிளம்பியதுதான் இந்தப் பயணம். ஏகப்பட்ட ப்ளாஸ்திரிகளோடு அலையும் என் மனஅமைப்பிற்கு இது அகலக்கால். ஆயினும் விடாது இரண்டு

ஆண்டுகள் எழுதியிருக்கிறேன். இது ஒரு விஷயமில்லை. இப்புத்தகத்தின் நிமித்தம் புதிதாக நிறைய வாசிக்க முடிந்தது. மறுவாசிப்புகளுக்கும் இது ஒரு வாய்ப்பாக அமைந்தது. என்னளவில் இதுவே முக்கியம். உண்மையில் இந்த வாசிப்பு வாய்ப்பிற்காகவே இப்பயணம். புத்தகமாக்கலை இரண்டாம் பட்சமாகவே கொண்டிருந்தேன். எனினும் இப்போது புத்தகமாக வருகிறது. புத்தகமாக்கியது அவசியம்தானா என்பதை வாசித்து விட்டு நீங்கள்தான் சொல்ல வேண்டும்.

வெள்ளிவீதியிலிருந்து அம்மையின் வழியே பெருந்தேவியைத் தொட்டு முறியும் ஒரு பொன்மின்னலைப் பார்ப்பதில் ஒரு கவிதை வாசகனாக நான் களிபேருவகை அடைகிறேன். கபிலரையும் காளமேகத்தையும் கலாப்ரியாவையும் காலத்தச்சனையும் ஒன்றாகச் சுற்றிக்கட்டியதில் இந்தக் கயிற்றுக்கு மிக்க மகிழ்ச்சி.

வாயில்

தொல்காப்பியம் எண் வகை மெய்ப்பாடுகளில் 'நகையை' முதலில் வைத்துச் சொன்னாலும் சங்க இலக்கியங்களில் நகை குறைவே. தேடிச் சலிக்க வேண்டி இருக்கிறது. அப்படியே அடைந்தாலும் சிரமப்பட்டுத்தான் சிரிக்க வேண்டி இருக்கிறது. நான் சொல்வதை நம்பாவிட்டால் ஆ.இரா. வேங்கடா சலபதி சொல்வதைக் கேளுங்கள்...

> தமிழ் இலக்கியத்தைப் பொறுத்தவரை, தொல்காப்பியம் அங்கதத்தை பற்றிக் குறிப்பிடுகின்றதாயினும் அதற்குரிய எடுத்துக் காட்டு இலக்கியங்கள் காணப்படவில்லை. தொல்காப்பிய உரையாசிரியர்களும் அந்நூற்பா விற்கு விளக்கம் எழுதி அமைகின்றனரே யன்றி எடுத்துக்காட்டுகளைக் காட்டவில்லை.
>
> **(தமிழில் பகடி இலக்கியம்)**

> எண்வகை மெய்ப்பாடுகளில் 'நகை' என்பதைத் தொல்காப்பியம் பட்டியலிடுவ தோடு, அங்கதம் என்பதற்கு இலக்கணமும் எழுதியிருந்தாலும், தமிழில் அவற்றுக்கு எடுத்துக்காட்டுகள் காட்டிட உரை யாசிரியர்கள் திண்டாடியிருக்கிறார்கள். அங்கொன்றும் இங்கொன்றுமாகக் கலித்தொகையிலும் கம்பராமாயணத்திலும் இரண்டொரு பாடல்களுக்கு மேல் தமிழ்ப் புலவர்களால் காட்ட முடிந்ததில்லை.
>
> **('பாரதியின் சுயசரிதைகள்', காலச்சுவடு பதிப்பகம், 2014)**

'தனிப்பாடல் திரட்டில்' காளமேகம்தான் விளையாட்டை அதிகமும் தன் பாடல்களில் அனுமதிக்கிறார் என்பது அனைவரும் ஏற்றுக்கொள்ளக் கூடிய உண்மை. அவருக்கு கவிதையை விட கேலியே முக்கியமானதாக இருந்திருக்கிறது. இதை ஒட்டி அவர் ஒரு நல்ல கவிஞரா என்கிற கேள்வியை எழுப்பினால் பலரும் சண்டைக்கு வருகிறார்கள். பெருமாள்முருகன் காளமேகத்திற்கு என்று தனியே ஒரு இலக்கணமே எழுத வேண்டும் என்கிறார். கவிதைக்குள் காளமேகம் நிகழ்த்திய சில 'புரட்சிகளை' முன்னிட்டு அவர் இப்படிச் சொல்கிறார் என்று நினைக்கிறேன். இதை முற்றாக புறந்தள்ளிவிட முடியாதுதான். காளமேகத்தின் பாடல்கள் அப்படி.

இப்புத்தகம் வெறும் நகைச்சுவை, பகடி இரண்டை மட்டும் 'விளையாட்டு' என்று கொள்ளவில்லை. கூடவே சுவாரஸ்யம், வினோதம், பரிட்சார்த்த முயற்சி ஆகியவற்றையும் சேர்த்துக் கொள்கிறது. ஒரே நிபந்தனை அவற்றோடு கொஞ்சம் 'துடுக்குத் தனமும்' சேர்ந்திருக்க வேண்டும். இந்தத் 'துடுக்குத்தனத்தி லிருந்தும்' விளையாட்டு எழுந்து வர இயலும். உதாரணமாக 'வஞ்சப்புகழ்ச்சி அணியில்' அமைந்த பாடல்களைச் சொல்லலாம்.

அரிதானது, விசித்திரமானது என்பதற்காகவே கவிதையில் விளையாட்டை ஆராய்ந்து பார்க்க முயன்றிருக்கிறேன். மற்றபடி கவிதையின் உட்சபட்ச சாதனையே விளையாட்டுதான் என்பதல்ல என் தரப்பு. முன்பே இதை உரக்கச் சொல்லிவிடுகிறேன்.

சங்கப்பாடல்களிலிருந்து துவங்கலாம்...

அகப் பாடல்கள்

நமது அகப்பாடல்களில் கண்ணீர் நிற்காது கொட்டுகிறது. பக்கத்திற்குப் பக்கம் பிரிவு நேர்கிறது. தலைவர்கள் பொருள்வயிற் பிரிய, அவர் போன வழி பார்த்து தலைவிகள் 'நீர்மலி கண்களோடு' காத்துக் கிடக்கிறார்கள். அவர் தம் அழகு "கன்றும் உண்ணாது கலத்தினும் படாது நிலத்தில் கொட்டும் தீம்பாலன்ன வீணாகிக் கழிகிறது." "தேங்கமழ் திரு நுதலில் பசப்பு ஊர்கிறது". கார் வருகிறது... காதலன் வரமாட்டேன் என்கிறான். "நெடுஞ்சேண் நாட்டார் தான் ஆனாலும் நெஞ்சிற்கு அணியராகி ஓயாது வருத்துகின்றனர்." "நிலம் தொட்டு புகார்; வானம் ஏறார் எப்படியும் வந்துவிடுவார் என்று தெரிந்திருந்தும், காணவில்லை காணவில்லை என்று ஓயாது தளும்புகிறார்கள். தலைவன் வந்து விட்டான் என்று சொன்னாலும், காதலின் பரிதவிப்பால் நம்பாமல், "நீ கண்டனையோ? கண்டார் கேட்டனையோ? யார் வாய் கேட்டனை? என்று திரும்பத் திரும்பக் கேட்கிறார்கள். உலகில் அற்ப மானிடர் அநேகர் உலவித்திரிய அவளுக்கு தேவையான அவன் மட்டும் காணக் கிடைக்காது வருந்துகிறார்கள். பிரிவுடை ராத்திரி நீண்டு கொண்டே போவதால் கங்குல் வெள்ளம் கடலினும் பெரிதாகி ஆஆ! ஒல் என்று அலறுகிறார்கள். பசலை, ஊர்உண் கேணியின் பாசியைப் போல காதலர் 'தொடுவுழித் தொடுவுழி நீங்கி விடுவுழி விடுவிழிப் படர்கிறது.' 'பல்லோர் துஞ்சும் நள்ளெண் யாமத்தில்' காதல் கொட்டக் கொட்ட விழித்திருக்கிறது. தலைவி காமநோய் மிகுந்து 'கல்பொரு சிறுநுரை போல்'

மோதி மோதி உடைகிறாள். 'நிலம் புடை பெயரினும், நீர் திரிந்து பிறழினும்...' நாடனோடு கொண்ட நட்பு மாறவே மாறாதென்று உறுதி காத்திருக்கிறார்கள். அவன் பரத்தை வீடு போய்த் திரும்பினாலும் மறுக்காது ஏற்று அவன் புறத்தைக் கட்டிக்கொள்கிறார்கள். 'கானமும் இனிய, நும்மொடு வரினே...' என்று உடன்போக தலைப்படுகிறார்கள். குவளையைப் போன்ற கண்கள் புகைமண்டி அழுந்த, தான் வருந்திச் செய்த உணவை இனிதென்று கணவன் உண்பதைக் கண்டு நுண்ணிதின் மகிழ்கிறார்கள்.

மாலை வந்தால் கூடவே காமமும் வரும் என்று சொல்கின்றன நம் சங்கப் பாடல்கள். 'நார் இல் மாலை' என்கிறது ஒரு குறுந்தொகைப் பாடல். அதாவது அன்பில்லாத மாலையாம். மற்றொரு பாடல்... பாடியது மிளைப்பெருங்கந்தன்...

சுடர்செல் வானம் சேப்பப் படர்கூர்ந்து
எல்லறு பொழுதின் முல்லை மலரும்
மாலை என்மனார், மயங்கியோரே!
குடுமிக் கோழி நெடுநகர் இயம்பும்
பெரும்புலர் விடியலும் மாலை;
பகலும் மாலை – துணை இலோர்க்கே.   (234)

(சுடர் – ஞாயிறு: எல் – பகல்: எல்லறு பொழுது – பகல் தீர்ந்து மங்கும் அந்தி வேளை: படர்கூர்தல் – துயரம் மிகுதல்: சேப்ப – சிவக்க)

வானம் சிவக்கும்படியாக ஞாயிறு சென்று மறையும், முல்லை மலரும் துயரப்பொழுதையே மாலை என்பர் அறிவு மயங்கியோர். துணையின்றித் துன்புறுவோர்க்கோ, குடுமிக்கோழி கூவி விடிகிற விடியலும் மாலையே! பகலும் மாலையே!

நிலம் தொட்டுப் புகாஅர்; வானம் ஏறார்;
விலங்குஇரு முந்நீர் காலின் செல்லார்;
நாட்டின் நாட்டின் ஊரின் ஊரின்
குடிமுறை குடிமுறை தேரின்,
கெடுநரும் உளரோ? நம் காதலோரே.   (130)
                                                        (வெள்ளி வீதியார் – குறுந்தொகை)

(முந்நீர் – கடல்)

நம் காதலர் நிலத்தை தோண்டி அதனுள்ளே புகுந்துவிட மாட்டார். வானத்தில் ஏறிவிடவும் மாட்டார். பெருங்கடலை காலால் தாண்டியிருக்கவும் மாட்டார். நாடுகள் தோறும், அதிலுள்ள ஊர்கள் தோறும், அதிலுள்ள வீடுகள் தோறும் தேடிச்சலித்தால் அவர் சிக்காது போய்விடுவாரா என்ன?

இதுவும் ‘வெள்ளி வீதியார்’ . . .

காலே பரிதப்பினவே; கண்ணே
நோக்கி நோக்கி வாள் இழந்தனவே;
அகல்இரு விசும்பின் மீனினும்
பலரே மன்ற, இவ் உலகத்துப் பிறரே! (44)

கால்கள் உன்னைத் தேடி நடந்து நடந்து வலியாலும் சோர்வாலும் பரிதவிக்கின்றன. கண்கள் உன் வரவை நோக்கி நோக்கி ஒளி இழந்தன. அகன்ற விசும்பில் தெரியும் மீன்களைக் காட்டிலும் அதிகமான மனிதர்கள் இங்கு திரிகிறார்கள். ஆயினும் என்ன? அவர்களில் யாரும் நீயாக இல்லையே!

இப்பாடல் தலைவனும், தலைவியும் உடன்போக்கு போன பின்பு அவர்களைத் தேடிச் செல்லும் செவிலித்தாய் பாடியது என்கிறது உ.வே.சா பதிப்பு. தலைவி கூற்றாக வாசிக்கையில் வேறு நாடகம் உருவாகிறது. இன்னும் இனிக்கிறது.

பொருள்வயிற் பிரிந்து காட்டுவழி போன தலைவனை எண்ணி வருந்தும் தலைவிக்கு தோழி கூறியது...

உள்ளார் கொல்லோ – தோழி! கள்வர் தம்
பொன்புனை பகழி செப்பம் கொண்மார்,
உகிர்நுதி புரட்டும் ஓசை போலச்
செங்காற் பல்லி தன் துணை பயிரும்
அம்காற் கள்ளியங்காடு இறந்தோரே? (16)

(பாலை பாடிய பெருங்கடுங்கோ – குறுந்தொகை)

(உள்ளுதல் – நினைத்தல், பகழி – அம்பு, பொன்புனை பகழி – இரும்பு முனை கொண்ட அம்பு , உகிர்நுதி – நக நுனி)

கள்ளிகள் நிறைந்த காட்டுவழி போன நம் தலைவர் செங்காற் பல்லி தன் துணையை அழைக்கும் ஓசையைக் கேட்கும்போது உன்னை நினைக்காமல் இருப்பாரோ? என்கிறாள். செங்காற் பல்லி தன் துணையை அழைக்கும் ஓசை கள்வர்கள் தம் அம்பு நுனியை செப்பம் செய்ய தன் நகநுனியிலே உரசிப்பார்க்கையில் எழும் ஓசையைப் போன்று இருக்கிறதாம்.

மருந்து எனின் மருந்தே; வைப்பு எனின் வைப்பே
அரும்பிய சுணங்கின் அம்பகட்டு இளமுலைப்
பெருந்தோள், நுணுகிய நுசுப்பின்
கல்கெழு கானவர் நல்குறு மகளே. (71)

(கருவூர் ஓதஞானி – குறுந்தொகை)

(சுணங்கு – தேமல், நுசுப்பு – இடை)

பொருள் மேற்சென்ற தன் செஞ்சிற்குத் தலைவன் கூறியது...

இவளைப் பிரிந்துசென்று பொருள் தேடி வந்து அறவினைகள் பல செய்து அதன் பயனாக கிடைப்பது அமுதம் என்றால், இவளே அமுதம் தானே? அப்பொருட் செல்வத்தால் நாம் துய்ப்பது இன்பமெனில் இவளே இன்பமன்றோ? தேமல் அரும்பிய இளமுலைகளும் பெருந்தோளும் நுண்ணிய இடையும் கொண்ட இவளே மருந்தும் வைப்பும். எனவே பொருள் தேடிச் செல்லும் ஆசையை ஒழிப்பாய் நெஞ்சே!

குக்கூ என்றது கோழி அதன்எதிர்
துட்கென்றது என் தூய நெஞ்சம் –
தோள்தோய் காதலர்ப் பிரிக்கும்
வாள்போல் வைகறை வந்தன்றால் எனவே (157)

(அள்ளூர் நன்முல்லை – குறுந்தொகை)

தோள் தோய்ந்திருக்கும் காதலரைப் பிரிப்பது போல குக்கூ என்று கூவிவிட்டது கோழி. அதைக்கேட்டு தலைவியின் உள்ளம் 'துட்'கென்கிறது. தலைவனுக்கும் தலைவிக்கும் இடையே வாள் போல் இறங்குகிறதாம் வைகறை!

பாடியவர் பெயர் தெரியாத ஒரு பாடல் . . . குறுந்தொகையிலிருந்து . . .

தொல்கவின் தொலைந்து, தோள் நலம் சாஅய்,
அல்லல் நெஞ்செமொடு அல்கலும் துஞ்சாது,
பசலைஆகி, விளிவது கொல்லோ –
வெண்குருகு நரலும் தண்கழழ் கானல்,
பூமலி பொதும்பர் நாள்மலர் மயக்கி,
விலங்கு திரை உடைதரும் துறைவனோடு
இலங்கு எயிறு தோன்ற நக்கதன் பயனே? (381)

(அல் – இரவு, எயிறு – பற்கள்)

பல்லெல்லாம் தெரிய உன்னோடு சிரித்துப் பேசியதன் பயனாக நான் கண்டெதெல்லாம் என்ன? என் பழைய அழுகு தொலைந்து, தோள்நலம் சாய்ந்து, துயர நெஞ்சோடு இரவெல்லாம் விழித்துக் கிடந்து, பசலை ஏறி அழிவது தானா என்று கேட்கிறாள் தலைவி?

கலித்தொகையிலிருந்து சில பாடல்கள் . . .

தலைவி உடன்போய்விடுகிறாள் . . . தாய் அவளைத் தேடி கொடிய பாலை நிலத்தில் அலைகிறாள் . . . அப்போது எதிர்ப்படுபவரிடம் தன் மகளை வழியில் எங்காவது கண்டீரா? என்று கேட்கிறாள் . . . இருவருக்குமான உரையாடலாக ஒரு பாடல் . . .

கண்டோர் கூற்று . . . பாடியது பாலை பாடிய பெருங்கடுங்கோ

....

பலஉறு நறுஞ்சாந்தம் படுப்பவர்க்கு அல்லதை

மலையுளே பிறப்பினும், மலைக்கு அவைதாம் என் செய்யும்?
நினையுங்கால் நும்மகள் நுமக்கும் ஆங்கு அனையளே

சீர்கெழு வெண்முத்தம் அணிபவர்க்கு அல்லதை
நீருளே பிறப்பினும், நீர்க்கு அவைதாம் என்செய்யும்?
தேருங்கால் நும்மகள் நுமக்கும் ஆங்கு அனையளே

ஏழ்புணர் இன்னிசை முரல்பவர்க்கு அல்லதை
யாழுளே பிறப்பினும், யாழ்க்கு அவைதாம் என் செய்யும்?
சூழுங்கால் நும்மகள் நுமக்கும் ஆங்கு அனையளே (9)

சந்தனம் மலையில்தான் பிறக்கிறது எனினும் அது தன்னை பூசிக்கொள்பவரைத்தான் இன்புறுத்துமே ஒழிய, தான் பிறந்த அந்த மலையை அல்ல. எண்ணுகையில் அதுபோன்றே நினக்கு நின் மகளும்.

முத்து, தன்னை மாலையாக்கி அணிபவரையே மகிழ்விக்குமே ஒழிய, கடலுள் பிறந்த அதனால் கடலுக்கு என்ன பயன்? யோசிக்கையில் அதுபோலவே நினக்கு நின் மகளும்.

யாழிசையால் உருவாகும் இன்பம் அதை வாசிப்பவர்கே அன்றி, அவ்விசை எழுந்து வரும் யாழுக்கு அன்று. நும்மகள் நுமக்கும் அதுவே.

உன்னுள் பிறந்தவள் உனக்கின்றி உடன்போய்விட்டாள். இனி அவள் அவனுடையவள்.

அதே புலவரின் இன்னொரு பாடல்...

....
சென்றார் முகப்பப் பொருளும் கிடவாது;
ஒழிந்தவர் எல்லாரும் உண்ணாதும் செல்லார்:
இளமையும் காமமும் ஓராங்குப் பெற்றார்
வளமை விழைத்தக்கது உண்டோ? உளநாள்
ஒரோஒகை தம்முள் தழீஇ ஒரோஒகை
ஒன்றன் கூறு ஆடை உடுப்பவரே ஆயினும்
ஒன்றினார் வாழ்க்கையே வாழ்க்கை; அரிதுஅரோ
சென்ற இளமை தரற்கு. (18)

பொருளும் அவ்வளவு எளிதாக கிடைக்காது. பொருள் அற்றோர் எல்லாம் பட்டினி கிடக்கவும் இல்லையே? பெறுதற்கரிய இளமையையும் காமத்தையும் ஒன்றாகப் பெற்றவர்கள் அதில் இன்புறாமல், எங்கேனும் செல்வத்தை விரும்பி அலைவரோ? வறுமையில் உழன்றாலும் ஒன்றினார் வாழ்க்கையே வாழ்க்கை. சென்ற இளமை திரும்ப வாராது.

உளநாள்
ஒரோஒகை தம்முள் தழீஇ ஒரோஒகை
ஒன்றன் கூறு ஆடை உடுப்பவரே ஆயினும்...

என்கிற வரிக்கு உரையாசிரியர் தரும் விளக்கம் இது.

‘வறுமையிற் செம்மை’ என்பது போல் வறுமையிலும் சேர்ந்திருத்தலாகிய அன்பு இங்கு குறிக்கப்பட்டது. “வீட்டில் ஒரு கையால் அணைந்தும், மறுகையால் பணிசெய்தும், வெளியில் ஒருகையால் குறையாடையை பாதுகாத்தும் வருதல் என்க...”

எனக்கென்னவோ இந்த உரையை ஒப்ப முடியவில்லை. நச்சினார்கினியார் உரையை ஒட்டி இவ்வுரை எழுதப்பட்டிருப்ப தாகத் தெரிகிறது. அதாவது ஒரு கையால் கட்டிக்கொண்டு மறுகையால் எல்லாப் பணிகளையும் ஆளுக்கொரு கையாகச் செய்கிறார்கள். ஓர் ஆடையை இரண்டாகப் பகுத்து கட்டிக் கொள்ளும் வறுமையே வந்துவிட்ட பின்னும் பிணையை விடார்... என்று எளிதாகச் சொல்லலாம் என்று தோன்றுகிறது. இன்னொரு பணியாக இங்கு ஆடை உடுத்துதல் சொல்லப்படுவதற்கு காரணம் அதை இரண்டாகப் பிரிக்குமாறு நிலைமை மோசமாகிவிட்டது என்பதை உணர்த்துவதற்காக இருக்கலாம்.

வீட்டில் ... அதுவும் கை பிணைத்து இருக்கையில் ஆடையும் வேண்டுமோ? என்று நீங்கள் குசும்பாகக் கேட்கக் கூடாது.

கபிலர் பாடிய குறிஞ்சிக்கலி பாடலிலிருந்து சில வரிகள் ... தலைவன் கூற்று ...

நீயும் தவறிலை, நின்னைப் புறங்கடைப்
போதர விட்ட நுமரும் தவறிலர்
நிறைஅழி கொல்யானை நீர்க்கு விட்டாங்குப்
“பறையறைந் தல்லது செல்லற்க” என்னா
இறையே தவறுடையான். (56)

உன் மீதும் தவறில்லை. உன்னை வெளியே உலவவிட்ட உன் வீட்டார் மீதும் தவறில்லை. மதம் கொண்ட யானையை நீராட அனுப்பும் முன் அது வரும் செய்தியை பறையறைந்து எச்சரிப்பது போல, நீ வரும் செய்தியை முன்கூட்டியே அறிவிக்காத மன்னனே தவறுடையவன்.

தலைவி கூற்று ... பாடியது நல்லந்துவனார். எழுபத்தி நான்கு வரிகள் உள்ள பாடலில் வரும் நான்கு வரிகள் ...

பேணான் துறந்தானை நாடும் இடம் விடாயாயின்
பிறங்குஇரும் முந்நீர்! வெறு மணலாகப்
புறங்காலின் போக இறைப்பேன் முயலின்
அறம் புணையாகலும் உண்டு. (144)

வருவேன் என்று சொல்லிப்போன தலைவன் நெடுநாள் ஆகியும் வரவில்லை . . . காத்திருப்பு முற்றி தலைவியே தலைவனைத் தேடி போவது போன்ற பாடல்... தேடலுக்குக் குறுக்கே நிற்கும் கடலை நோக்கிப் பாடியது.

"அலையெழுந்து பொங்கும் பெருங்கடலே! என்னைப் பேணாது கைவிட்டுப் போனவனைத் தேடிப்போக எனக்கு வழி விடு... விடாயாயின் என் புறங்காலால் உன் நீர் முழுதையும் இறைத்து உன்னை வெறுமணலாக்கி விடுவேன். இது இயலுமோ எனில் இயலும். என் முயற்சிக்கு நல்லறம் துணைநிற்கும். எனவே என்னால் இது இயலும்.

அறத்தையே புணையாகக் கொண்டு உன்னைக் கடப்பேன் என்றும் வாசிக்கலாம்.

இனி விளையாட்டுக்களைப் பார்க்கலாம்...

தொல்காப்பியர் எண்வகை மெய்ப்பாடுகளை முன் வைக்கிறார்...

நகையே அழுகை இளிவரல் மருட்கை
அச்சம் பெருமிதம் வெகுளி உவகை என்று
அப்பால் எட்டே மெய்ப்பாடு என்ப

என்கிறது தொல்காப்பியம். இதில் 'நகை' முதலில் வைத்து சொல்லப்பட்டிருந்தாலும் நமது சங்கப்பாடல்களில் நகைச்சுவை குறைவே. அகப்பாடல்கள் பெரும்பாலும் கண்ணீரில் மிதக்கின்றன. எனினும் "தலைவன் – தலைவி ஊடல்", "தலைவி – பரத்தை சச்சரவு", "தலைவனுக்குத் தலைவி வாயில் மறுப்பது" போன்ற இடங்களில் நகைச்சுவை கொஞ்சமாக தலை நீட்டிப்பார்க்கும்.

பாடியது வடம வண்ணக்கன் தாமோதரன் ... தலைவனுக்கு தூதாக வந்த பாணனுக்கு தோழி வாயில் மறுத்தது...

யாரினும் இனியன்; பேர் அன்பினனே
உள்ளூர்க் குரீஇத் துள்ளுநடைச் சேவல்
சூல்முதிர் பேடைக்கு ஈனில் இழைஇயர்
தேம்பொதிக் கொண்ட தீம்கழைக் கரும்பின்
நாறா வெண்பூக் கொழுதும்
யாணர் ஊரன் பாணன் வாயே! (85)

(உள்ளூர் குரிஇத் துள்ளு நடைச் சேவல் – ஊர்குருவியின் துள்ளுநடையைக் கொண்ட சேவல்)

தலைவன் யாரினும் இனியன். பேரன்பினன். சேவல், கருவுற்றிருக்கும் பேடைக்கு முட்டை இடுவதற்காக தேம்பொதிக் கரும்பின் வெண்மையான பூக்களைக் கோதி எடுத்து வந்து இடவசதி செய்துதரும் ஊரைச் சேர்ந்தவன். அதாவது அவ்வளவு பேரன்பினன். இப்படி தலைவனைப் போற்றிப் புகழ்பவள் கடைசிச் சொல்லில் அவனை ஒட்டுமொத்தமாக சரித்துக் கீழே தள்ளிவிடுகிறாள். 'பாணன் வாயே' என்று முடிகிறது பாடல். அதாவது இதெல்லாமே பாணன் வாயில் மட்டுமே. நிஜ வாழ்வில்

அல்ல. அன்பே அற்று தலைவியைப் பிரிந்து போய்விட்டவன் அல்லவா அவன் ?

இன்னொரு குறுந்தொகைப் பாடல்... பாடியது... மதுரை கண்ணனார்...

தலைவன் பொருட்வயின் பிரிந்துசென்று திரும்பிய நாளின் ராத்திரி . . . வெகுநாள் கழித்து தலைவி தலைவனோடு கூடலில் இருக்கிறாள். இந்த சேவல் இருக்கிறதே, அது காதலறியாதது. எனவே கடமை தவறாது வழக்கம்போல அது கூவி வைக்கிறது. அதைக்கேட்டு சினம் முற்றிய தலைவியின் கூற்று இப்பாடல் . . .

குவி இணர்த் தோன்றி ஒண்பூ அன்ன
தொகு செந்நெற்றிக் கணம்கொள் சேவல் –
நள்ளிருள் யாமத்து இல்எலி பார்க்கும்
பிள்ளை வெருகிற்கு அல்கு இரை ஆகிக்
கடுநவைப் படீஇயரோ நீயே –
நெடுநீர்யாணர் ஊரனொடு வதிந்த
ஏம இன்துயில் எடுப்பி யோயே! **(107)**

(பிள்ளை வெருகு – காட்டுப்பூனைக்குட்டி, அல்கு இரை – மிக்க இரை, கடுநவை – மிகுதுன்பம்)

குவிந்த கொத்துக்களையுடைய, பூப்போல் தோன்றுகின்ற செக்கச்சிவந்த நெற்றியை உடைய சேவலே! எம் தலைவனுடனான இன்துயிலை கலைக்கக் கூவிய நீ, நள்ளிருள் யாமத்தில் வீட்டெலிகளை உணவாக தேடிப்பார்க்கும் காட்டுப்பூனைக் குட்டிக்குச் சில நாட்கள் வைத்து உண்பதற்கான இரையாகி மிக்க துன்பத்தை அடைவாயாக!

இது தோராயமான பொருள். கொஞ்சம் சிரமம் தானெனினும், இதுபோன்ற இடங்களில் உங்களுக்குச் சிரிப்பு வந்தால் சிரித்து விடுங்கள். இன்னொரு வாய்ப்பு கிடைப்பது அரிது.

மற்றொரு பாடல்...

காதற்பரத்தை தலைவனைப் பழித்தது . . . பாடியது . . . ஆலங்குடி வங்கனார்

இங்கு வந்து மானே! தேனே! பொன்மானே போட்டு விட்டு மனைவியிடம் போய் கைகட்டி வாய்பொத்தி ஏவல் செய்து நிற்கிறாயே என்று கேலி பேசுகிறாள். பாவம் பரத்தைக்கு இன்னும் 'மனைமாட்சி' தெரியவில்லை?

கழனி மாத்து விளைந்து உகு தீம்பழம்
பழன வாளை கதூஉம் ஊரன்
எம்இல் பெருமொழி கூறித், தம்இல்
கையும் காலும் தூக்கத்தூக்கும்

ஆடிப்பாவை போல,
மேவன செய்யும் தன் புதல்வன் தாய்க்கே! (8)

வயல் வரப்பிலுள்ள மாமரத்தில் இருந்து விழும் தீம்பழத்தை வாளை மீன் பற்றி உண்ணும் ஊரன் ... இப்படியான ஊரன் என்னிடத்தில் வந்து காதல் பெருமொழி பேசிவிட்டு. அவளிடத்தே போய், செய்தது செய்யும் கண்ணாடிப்பாவை போல அவள் சொன்னது செய்து நிற்கிறானே?

"புதல்வன் தாய்" என்றதும் பழிப்புதான். "தலைவியின் முதுமையை இகழ்ந்ததுமாம்" என்கிறார் உ.வே.சா. முன்பு கரும்பாகி, பிள்ளை பெற்ற பின் வேம்பாகிப் போனது பற்றிய தலைவியின் கழிவிரக்கத்தை, பல பழந்தமிழ்க் கவிதைகளில் காண முடிகிறது. மாமரம் – தலைவி, பழம் – தலைவன், வாளை மீன் – பரத்தை என்கிற குறிப்பும் முதலிரண்டு வரிகளில் உண்டு.

நகையை விளக்க வரும் தொல்காப்பியம்,

எள்ளல் இளமை பேதைமை மடனென்று
உள்ளப்பட்ட நகை நான்கென்ப ...

என்கிறது.

அதாவது இகழ்தல், இளமை, அறிவின்மை, மடமை என்று எண்ணப்பட்ட நான்கிடத்தும் நகை தோன்றும் என்கிறது.

மேற்கண்ட குறுந்தொகை பாடல்கள் இரண்டும் இளமையின் மடமை போலும்? மடமை இன்றி காதல் ஏது? அதுவன்றோ காதலின் ருசி!

கலித்தொகையில் இருந்து ஒரு அரிதான பாடல். பாடியது மருதனிள நாகனார் ...

குறளன்

என் நோற்றனை கொல்லோ
நீருள் நிழல்போல் நுடங்கிய மென்சாயல்
ஈங்குஉருச் சுருங்கி
இயலுவாய்! நின்னோடு உசாவுவேன், நின்றீத்தை
. . . .
. . . .

கூனி

யாமை எடுத்து நிறுத்தற்றால் – தோளிரண்டும் வீசி
யாம்வேண்டேம் என்று விலக்கவும், எம்வீழும்
காமர் நடக்கும் நடைகாண்!
. . . .
. . . . (94)

இப்பாடலில் தலைவன் குறளன். தலைவி கூனி. இருவரும் அரண்மனையில் அடிமை சேவகம் செய்பவர்கள். அவர்கள் மாறி மாறி ஏசிக்கொள்கிற பாடல் இது. குறளனுக்கும், கூனிக்கும் தாராளமாக காதல் வரலாம் ஆனால் அது அன்பின் ஐந்திணைக் குள் அடங்காது. அகப்புறத்திணைகளான கைக்கிளையும், பெருந்திணையும் தான் அதன் திணைகள் என்று சொல்லிவிட்டது நம் இலக்கணம். "இப்பாடலில் தலைவி கூற்றில் ஊடற் குறிப்புகள் வருதலின் இது மருதத் திணையில் இடம்பெற்றதாயினும், அடியோர் கூற்று யாவும் பெருந்திணையின் பாற்படும் என்பதே இலக்கணம்" என்கிறது கோவிலூர் மடலாயப் பதிப்பு.

  அடியோட் பாங்கினும் வினைவல பாங்கினும்
  கடிவரையில புறத்து என்மனார் புலவர்

என்கிறது தொல்காப்பியம்.

  கலித்தொகையில் சில பாடல்கள் இப்படி அடியோர் கூற்றாக வும், தொழிலாளர் கூற்றாகவும் வருகின்றன. மற்றதெல்லாம் உயர்ந்தோர் மாட்டுதான். "ஆமையை தூக்கி நிறுத்தியது போல் இருப்பவனே" என்று கூனி ஏச, "நீருள் நிழல் போல் மடங்கி இருப்பவளே..." என்று குறளன் ஏச இப்படி மாறி மாறி கேலி பேசி கடைசியில் குறளனின் காதலை கூனி ஏற்றுக்கொள்வது போல் முடிகிறது மேற்சொன்ன பாடல். ஒரு "நகைச்சுவைக்காட்சி" என்கிற நினைப்பில்தான் புலவர் இதுபோன்ற பாடலொன்றை புனைந்திருக்க வேண்டும். ஆனால் 'மாற்று திறனாளிகள்' என்கிற சொல் புழக்கத்தில் இருக்கும் இன்றைய நாளில் இப்பாடலில் இருக்கும் கேலியை இரசிக்க இயலவில்லை. எரிச்சலூட்டும் ஒன்றாகவும் இது மாறிவிட்டிருக்கிறது. ஆனால் மொத்தமாகப் பார்க்கையில் நமது மரபு காதலுக்கு விதித்த இலக்கணங்களை மீறிய ஒரு பாடல் என்கிற விதத்தில் இதற்கு ஒரு 'கலகமதிப்பு' உண்டுதான். குறளனுக்கும் கூனிக்கும் காதல் வந்தது என்பது மீறல்தான். ஆனால் வந்த காதல் காதலாக இல்லாமல் பழிப்பாக இருப்பதுதான் உறுத்துகிறது.

  கு. மங்கையர்கரசி தன் 'அக இலக்கியக் கோட்பாடுகள்' நூலில் இப்படிச் சொல்கிறார்...

    கூன், குறளன் இவர்களைத் தலைமக்களாக்கி இவர் தம் காதலைப் பாடுகின்ற நிலையைச் சங்க இலக்கியத்தில் கலித்தொகையில் மட்டுமே காண முடிகின்றது... சங்க இலக்கியங்களுக்குப் பின் வந்த இலக்கியங்கள்கூட பள்ளன், பள்ளி, குறவன், குறத்தி என அடித்தள மக்களைக் காதல் தலைவர்களாக்கிப் பாடுகின்றனவே தவிர ஊனமுற்றவர்

களின் காதலைப் பாடுபொருளாகக் கொண்டு படைத்ததாக பின் வந்த தமிழ் இலக்கியங்களில் தெரியவில்லை.

சங்கத்திரட்டை முழுக்க கற்றுத் தேர்ந்தவனில்லை என்பதால் இது குறித்து கருத்துச் சொல்ல இயலவில்லை. ஆராய்ச்சியில் ஆர்வமுடையோர் ஆராய்ந்து பார்க்கலாம்.

இன்னொரு பாடல் . . . தலைவன், தலைவி இருவரும் வினைவலர் . . . அதாவது பணியாளர்கள் . . . பாடியது சோழன் நல்லுருத்திரன் . . .

தலைவன் தலைவியை வழியில் மறித்து காதல் செய்கிறான் . . .

....

தலைவி

ஒக்கும், அறிவல்யான் எல்லா விடு.

தலைவன்

விடேன் யான், என்னீ குறித்தது ? இருங்கூந்தலால்!
நின்னை என் முன் நின்று
சொல்லல் ஓம்பு என்றமை அன்றி அவனை நீ
புல்லல் ஓம்பு என்றது உடையரோ ? மெல்ல
முயங்கு! நின் முள்எயிறு உண்கும். (112)

தன்னை விட்டுவிடச் சொல்லி தலைவி கேட்க . . . தலைவன் அதை மறுத்து சொல்கிறான் . . .

கரிய கூந்தலையுடையவளே! அப்படி விடமுடியாது . . . என்ன நினைத்துக்கொண்டிருக்கிறாய் நீ? உன் வீட்டார் என்னோடு பேசக் கூடாது என்று தானே சொல்லி யிருக்கிறார்கள். என்னைத் தழுவக் கூடாது என்றுமா சொல்லியிருக்கிறார்கள்? மெல்ல நீ முயங்கு! நானும் உன்னைத் தழுவி உன் வாய் உண்பேன்.

(முள்எயிறு உண்கும் – முள்போன்ற கூரிய பற்களை உடைய வாயை உண்பேன்)

குறுந்தொகையில் கூவி இரவை விடிய வைத்ததற்காக சேவலை பூனைக்குப் பிடித்துத் தருவதாக மிரட்டிய ஒரு தலைவியைப் பார்த்தோம். கலித்தொகையில் முயலை நாயிற்கு பிடித்து தரும் ஒருத்தியைக் காண்கிறோம். நல்லந்துவனார் பாடல் . . .

தலைவி தலைவனைத் தேடிச்சலிக்கிறாள் . . . பாவம் இப்படி பரந்து விரிந்து கிடக்கும் உலகில் அவனை எங்கு போய்ப் பிடிப்பாள் . . . எனவே வானத்தின் மீதிருந்து உலகம் முழுதும்

காணும் நிலவைத் தனக்கு உதவ வேண்டுகிறாள் ... ஒரு வேளை நிலவு உதவ மறுத்தால் என் செய்வேன் என்றும் சொல்கிறாள் ...

....
திங்களுள் தோன்றி இருந்த குறுமுயால்!
எம்கேள் இதனகத்து உள்வழிக் காட்டீமோ!
காட்டீயா யாயின் கதநாய் கொளுவுவேன்,
வேட்டுவா் உள்வழிச் செப்புவேன் ஆட்டி
மதியோடு பாம்பு மடுப்பேன் மதி திரிந்த
என் அல்லல் தீரா யெனின்

(144)

நிலவினில் இருக்கும் முயற்கறை இங்கு முயலாகிவிடுகிறது ... நிலவில் இருக்கும் முயலே! என் தலைவன் இந்த உலகத்தில் எங்கு இருக்கிறான்? அவனை எனக்குக் காட்டிவிடு. இல்லையெனில் உன்மீது சினம்கொண்ட நாயை ஏவி விடுவேன். அல்லது வேடர் களிடம் உன்னைக் காட்டிக் கொடுப்பேன். மதி திரிந்த நிலையில் இருக்கும் என்னுடைய துயரத்தை நீ தீர்க்கவில்லையெனில், மதியோடு உன்னையும் சேர்த்துப் பிடிக்கச் சொல்லி பாம்பை விடுவேன்.

சிலேடையில் இயல்பாகவே ஒரு விளையாட்டு உண்டு. கலித்தொகையின் 93, 95, 96, 97, 98 ஆகிய பாடல்களில் சிலேடை பயின்று வந்துள்ளது. தலைவன் பரத்தையர் சேரிக்குப் போய் விட்டு வருகிறான்.

“அதொன்னுமில்ல செல்லக்குட்டி வர்ற வழியில காடைச் சண்டை நடந்ததா, அதப் பார்த்துட்டு வர்றதுக்கு கொஞ்சம் லேட் ஆகிடுச்சு ...” என்று கதை விடுகிறான். அதற்குத் தலைவி “நீ எந்தக் காடையைப் பார்த்துட்டு வர்றன்னு எனக்குத் தெரியும் ராசா” என்று பரத்தைக்கும் காடைக்கும் சிலேடை போட்டுப் பேசுகிறாள். தலைவன் யானையைப் பார்த்துவிட்டு வந்ததாகச் சொல்கிறான் ... குதிரையேற்றம் பழகி வருவதாகச் சொல்கிறான் ... “புது வெள்ளம்” ஆடி வந்ததாகச் சொல்கிறான் ... இல்லறம் தழைக்க முனிவரைக் கண்டு ஆசிவாங்கி வந்ததாகக்கூடச் சொல்கிறான். தலைவி அவற்றை பரத்தையோடு சிலேடை போட்டுப் பேசுகிறாள். சுவாரஸ்யமான பாடல்கள். இங்கு ‘குதிரை’ மற்றும் ‘யானை’யிலிருந்து சில வரிகளைப் பார்க்கலாம்.

பாடியது மருதனிளநாகனார் ...

....
சேகா! கதிர்விரி வைகலின் கைவாரூஉக் கொண்ட
மதுரைப் பெருமுற்றம் போல நின் மெய்க்கண்
குதிரையோ வீறியது?
கூருகிர் மாண்ட குளம்பினது; நன்றே;
கோரமே வாழி குதிரை! (–)

சேவகா! கதிரவன் தன் ஒளிக்கதிர்களை விரிக்கும் விடியல் வேளையில், மதுரை நகரின் முற்றம் சாணமிட்டு மெழுகப்பட்டதை போன்று உன்னுடைய மேனியில் அந்தக் குதிரையா கீறியது? எனில் அது கூரிய நகங்களை உடைய சிறந்த குளம்புகளை உடையதுதான்! வாழி அக்குதிரை!

(கோரம் – குதிரை)

....
சீத்தை! பயமின்றி ஈங்குக் கடித்தது நன்றே!
வியமமே! வாழி குதிரை
மிக நன்று; இனியறிந்தேன் இன்று நீ ஊர்ந்த குதிரை

சீ! பயமின்றி இங்கு போய்க் கடித்திருக்கிறது பாருங்கள்... வியப்பு தான் அல்லவா? நல்லது, நீ இன்று ஏறிய குதிரை எதுவென அறிந்தேன்...

பாடலில் இங்கு என்றுதான் குறிக்கப்பட்டுள்ளது. 'குதிரை' எங்கு கடித்ததென்று எனக்குத் தெரியாது.

பாடியது அதே புலவர்...

தலைவி

....
ஒக்கும்;
அவ்வியானை வனப்புடைத்து ஆகலும் கேட்டேன்...
....
....
முத்தேய்க்கும் வெண்பல் நகைதிறந்து
நன்னகர் வாயிற் கதவ வெளில் சார்ந்து
தன் நலம் காட்டித் தகையினால் கால்தட்டி வீழ்க்கும்
தொடர் தொடராக வலந்து படர் செய்யும்
மென்தோள் தடக்கையின் வாங்கித் தற்கண்டார்
நலம் கவளம் கொள்ளும் நகைமுக வேழத்தை
இன்று கண்டாய் போல் எவன் எம்மைப் பொய்ப்பது நீ? (97

(வெளில் – யானையைக் கட்டும் தூண்)

ஆமாம்... அந்த யானை மிகவும் அழகானது என்று கேள்விப் பட்டேன்.

.. முத்தேய்க்கும் பற்களால் நகைத்தபடி, வாயிற் கதவாகிய தூணில் சாய்ந்து நின்றுகொண்டு தன் அழகால் வழியில் போவோரை நிலைதடுமாற வைக்கும். பின் அப்புதிய உறவையே சங்கிலியாக்கிக் கட்டித் துன்புறுத்தும். தன்னைக் கண்டோரை மென்தோளாகிய துதிக்கையால் வளைத்து அவர்களின் நலத்தை ஒரு கவளத்தை உண்பது போல உண்டுவிடும். அந்த யானையைத் தானே நீ கண்டு வருகிறாய்? ஏன் இப்படி பொய் உரைக்கிறாய்?

பிரமாதமான இன்னொரு கலித்தொகைப் பாடல். அனைவரும் அறிந்தது. அனைவரும் அறிந்ததென்றால் ஒரு 500 பேர் அறிந்தது. தலைவி தோழிக்குரைத்தது... பாடியவர் கபிலர்...

சுடர்தொடீஇ! கேளாய்,
தெருவில் நாம் ஆடும் மணற்சிற்றில் காலின் சிதையா,
அடைச்சிய கோதை பரிந்து,
வரிப்பந்து கொண்டு ஓடி
நோதக்க செய்யும் சிறுபட்டி மேலோர்நாள்
அன்னையும் யானும் இருந்தேமா,
"இல்லீரே உண்ணு நீர் வேட்டுவேன்" என வந்தாற்கு,
அன்னை
"அடர்பொற் சிரகத்தால் வாக்கிச் சுடரிழாய்!
உண்ணு நீரூட்டி வா" என்றாள்.
என, யானும்
தன்னை அறியாது சென்றேன்.
மற்று என்னை
வளைமுன்கை பற்றி நலியத் தெருமந்திட்டு
"அன்னாய்! இவனொருவன் செய்ததுகாண் என்றேனா,
அன்னை அலறிப் படர்தரத், தன்னையான்
"உண்ணு நீர் விக்கினான்" என்றேனா,
அன்னையும் தன்னை புறம்பழித்து நீவ,
மற்று என்னைக் கடைக்கணால் கொல்வான் போல் நோக்கி
நகைக்கூட்டம் செய்தான்
அக்கள்வன் மகன். (51)

தோழி, பிள்ளைப்பிராயத்தில் நமது மணல்வீட்டை காலால் சிதைத்து, தலையில் இருந்த பூவைப் பறித்தழித்து, வரிப்பந்தை பறித்துக்கொண்டோடி நாம் நோதக்க செய்யும் அச்சிறுபட்டி அன்றொரு நாள் யானும் அன்னையும் இல்லில் இருக்கையில் வாயிலில் வந்து நின்று "இல்லீரே, தாகமாக இருக்கிறது தண்ணீர் வேண்டும்" என்று கேட்டான். அதைக்கேட்ட அன்னை பொற்சொம்பில் தண்ணீர் ஊற்றி அவனுக்கு கொடுத்து வரச் சொன்னாள். தண்ணீருடன் அவனருகே சென்ற என்னை அப்பட்டி கைகளை பற்றி இழுத்தான். அதனால் அஞ்சி நடுங்கிய நான் "அன்னாய், இவன் செய்வதைப் பாருங்கள்" என்று அலறிவிட்டேன். அலறல் கேட்டு அன்னையும் ஓடி வர, நான் நடந்ததை மறைத்து "உண்ணு நீர் விக்கினான்" என்றேன். அன்னை "விக்கிய" அவனுக்கு நீவி விட,

என்னைக் கடைக்கணால்
கொல்வான் போல் நோக்கி நகைக்கூட்டம் செய்தான்
அக்கள்வன் மகன்.

எவ்வளவு பிரமாதமான நாடகக் காட்சி! எத்தனை முறை வாசித்தாலும் சுவாரஸ்யம் குன்றாத பாடல்.

புறப் பாடல்கள்

நமது புறப்பாடல்களில் இரவலர் அகவலோசை ஓயாமல் ஒலிக்கிறது. கூடவே செருகளத்துக் கூச்சலும் இணையாகக் கேட்கிறது. மாவும், கரியும் ஓலமிடுகின்றன. அழுக்குப் பாணனும் அருமைப் புலவனும் வேந்தின் வீரதீரங்களை, கொடைத்திறத்தை விதவிதமாகப் போற்றிப் புகழ்கிறார்கள். அவ்வப்போது அரசுக்கு "செவியறிவுறூஉ" சொல்கிறார்கள். 'அற்றைத்திங்களும்', 'இருமிடை மிடைந்த சில சொல்லும்' (பாடல்: 243) தனித்துக் கேட்கின்றன. 'யாதும் ஊரேவும்', 'செல்வத்துப் பயனே ஈதலும்' அரிதாக, ஆனால் வலுவாக ஒலிக்கின்றன.

....
....

கொண்டல் மாமழை பொழிந்த
நுண்பல் துளியினும் வாழிய பலவே!   (34)
                                            (ஆலத்தூர் கிழார்)

சிறக்க நின் ஆயுள்
மிக்க வரும் இன்னீர்க் காவிரி
எக்கர் இட்ட மணலினும் பலவே   (43)
                                            (தாமப்பல் கண்ணனார்)

பெருகி வரும் இனிய காவிரி ஆற்றாங்கரையில் நிறைந்திருக்கும் மணலின் எண்ணிக்கையைக் காட்டிலும் நின் ஆயுள் பலவாகுக!

"விரிப்பின் அகலும் தொகுப்பின் எஞ்சும்" என்கிறான் ஒரு புலவன். அதாவது அரசின் புகழை விரித்துச் சொன்னால் அகன்றுகொண்டே போகுமாம். தொகுத்துச் சொன்னால் ஏதாவது விடுபட்டுவிடுமாம்?

செஞ்ஞாயிற்று நிலவு வேண்டினும்
வெந்திங்களுள் வெயில் வேண்டினும்
வேண்டியது விளைக்கும் ஆற்றலை . . . (38)

(ஆவூர் மூலங்கிழார்)

சூரியனுக்குள் நிலவைப் புகுத்த வேண்டுமா? நிலவுக்குள் சூரியனைப் புகுத்த வேண்டுமா எதுவும் செய்ய வல்லை!

ஒரு பிடி படியும் சீறிடம்
எழுகளிறு புரக்கும் நாடு கிழவோயே? (40)

பாடியது அதே ஆவூர் மூலங்கிழார். இது நாட்டுவளம் உரைத்தது...

ஒரு பிடியானை படுத்துறங்கும் சிறிய இடத்தில் ஏழு களிற்றானைகள் உண்ணப் போதுமான விளைபொருளை விளைவிக்க வல்ல வளமிக்க நாட்டின் தலைவன்.

புலவரெல்லாம் நின் நோக்கினரே!
நீயே மருந்தில் கணிச்சி வருந்த வட்டித்துக்
கூற்று வெகுண்டன்ன முன்பொடு
மாற்று இருவேந்தர் மண் நோக்கினையே! (42)

சோழன் கிள்ளிவளவன் "கொடைத்திறம்" குறித்து 'இடைக்காடனார்' பாடியது.

பரிசில் பெற விரும்பி புலவரெல்லாம் இவன் முகம் நோக்கினார்களாம். இவனோ தன் படைக்கருவியை தூக்கிக்கொண்டு, கூற்றுவன் போல வெகுண்டு மற்ற இரு வேந்தர்களின் மண நோக்கினானாம். அதாவது போர் முடித்துச் சூறையாடி அந்த சூறைப்பொருளைப் புலவர்க்கு ஈவதாம்!

கணிச்சியை குந்தமென்னும் படைக்கருவி என்கிறது அருஞ்சொற் பொருள். 'மருந்தில் கணிச்சி'யாவது தப்பிக்க ஒரு வழியும் இல்லாத படைக்கருவியைக் கொண்டவன் என்பது.

ஆய் அண்டிரன் அடுபோர் அண்ணல்
இரவலர்க்கு ஈத்த யானையின் கரவின்று
வானம் மீன பல பூப்பின் ஆனாது (129)

(முடமோசியார்)

ஆய் அண்டிரன் இரவலர்க்கு ஈந்த யானையின் அளவானது வானத்தில் பூத்திருக்கும் நட்சத்திரங்களின் எண்ணிக்கையைவிட அதிகமாம். நான் அடிக்கடி தீவிரமாக யோசித்துப் பார்ப்பதுண்டு. சோற்றுக்கு சிங்கியடிக்கும் புலவர் பெருமக்கள் யானையை வைத்துக்கொண்டு என்ன செய்வார்கள்? ஒரு வேளை போகிற வழியில் "பழைய யானைக் கடையில்" விற்றுவிடுவார்களா? அல்லது நம்மனோர் யானைகட்டிப் போர்அடித்த கதையெல்லாம் நிஜம்தானா?

பசிப்பிணி மருத்துவன் இல்லம்
அணித்தோ சேய்த்தோ கூறுமின் எமக்கே! (173)

(சோழன் குளமுற்றதுத் துஞ்சிய கிள்ளிவளவன்)

பொருள் தர அவசியமில்லாத வரிகள். பசி, பிணி தான். அதைப் போக்குபவன் மருத்துவன்தான்.

இந்த இடத்தில் ஒரு சுயசரிதை. நீங்கள் கொஞ்சம் மூச்சுவிட்டுக்கொள்ளுங்கள். நான் மருந்தியலில் பட்டயம் பெற்றவன். எனவே எனக்கு மருத்துவத்துறையுடன் கொஞ்சம் புழக்கம் உண்டு. சேகுவேரா ஒரு மருத்துவரும்கூட அல்லவா? நான் கவிஞராக மலர எண்ணி விட்டத்துப் பல்லிகளைப் பார்க்கத் துவங்கியிருந்த காலத்தில்தான் சேகுவேரா சுருட்டுப் பிடித்தபடியே என் வீட்டிற்குள் வந்து சேர்ந்தார். என் மருந்தியல் ஞானத்தையும், கவிவளத்தையும் சேர்த்துப் பிசைந்து அந்த சுருட்டு பிடிக்கும் சேகுவேரா படத்தின் கீழே இப்படி எழுதி வைத்தேன் ... "வறுமை அடிமைத்தன ஒழிப்பு சிறப்பு மருத்துவர்." இப்போது பார்த்தாலும் அந்தக் 'கவித்துவம்' சற்றே மங்கலாகக் கண்ணில் படுகிறது.

நெல்லுமுயிரன்றே நீருமுயிரன்றே
மன்னன் உயிர்த்தே மலர்த்தலை உலகம்
அதனால் யான் உயிர் என்பது அறிகை
வேல்மிகு தானை வேந்தற்குக் கடனே. (186)

(மோசிகீரனார்)

நெல்லும் உயிரல்ல... நீரும் உயிரல்ல... இந்தப் பரந்த உலகிற்கும் அதன் மக்களுக்கும் அரசனே உயிர்... தானே உயிர் போன்றவன் என்பதை உணர்ந்து செயல்புரிய வேண்டியது ஒவ்வொரு அரசரின் கடனுமாகும்.

அரசர் மதிக்காதபோது "எத்திசைச் செலினும் அத்திசைச் சோறே" என்றும், "பெரிதே உலகம் பேணுநர் பலரே" என்றும் கோபம் கொண்டு கிளம்பியிருக்கிறார்கள் நம் புலவர்கள்.

ஔவையை சில நாட்கள் தன்னுடனே தங்கவைக்க நினைத்த அதியமான் பரிசில் தரும் காலத்தை வேண்டுமென்றே நீட்டுகிறான். அப்போது வருந்தும் தன் நெஞ்சிற்கு ஔவை சொல்வது இது ...

. . . பரிசில் பெறூஉங் காலம்
நீட்டினும் நீட்டாதாயினும் யானை தன்
கோட்டிடை வைத்த கவளம் போலக்
கையகத்தது அது பொய்யாகாதே . . . (101)

யானை தன் கோட்டிடை வைத்த கவளம் எவ்வளவு உறுதியாக வாய் சேருமோ, அவ்வளவு உறுதியாக அதியமான் பரிசில் நம் கை சேரும். கலங்காதே நெஞ்சே!

ஔவையின் இன்னொரு அதிசயக்கத்தக்க பாடல்... அதியமான் இறப்பிற்குப் பாடிய கையறுநிலைப் பாடல்...

சிறிய கள் பெறினே எமக்கு ஈயும் மன்னே
பெரிய கள் பெறினே
யாம்பாடத் தான் மகிழ்ந்து உண்ணும் மன்னே
சிறுசோற்றானும் நனிபல கலத்தன் மன்னே
பெருஞ்சோற்றானும் நனிபல கலத்தன் மன்னே
....
....
அருந்தலை இரும்பாணர் அகன்மண்டைத் துளைஉரீஇ
இரப்போர் கையுளும் போகி
புரப்போர் புன்கன் பாவை சோர
அம்சொல் நுண்தோர்ச்சிப் புலவர் நாவில்
சென்று வீழ்ந்தன்று அவன்
அருநிறத்து இயங்கிய வேலே
ஆசாகு எந்தை யாண்டு உளன் கொல்லோ
இனிப் பாடுநரும் இல்லை பாடுநர்க்கு ஒன்று
ஈகுநரும் இல்லை.......................... (235)

கொஞ்சமாக கள் கிடைத்தால் எனக்கென்று கொடுத்துவிடுவான். நிறைய கிடைத்தால் எமக்கும் தந்து அவனும் பருகி எம்மைப் பாடச் சொல்லி மகிழ்ந்திருப்பான். பெருஞ் சோறெனினும் பலரோடு பகிர்ந்துண்பான். சிறுசோறெனினும் பலரோடு பகிர்ந்துதான் உண்பான். அதியமானின் மார்பில் தைத்த வேல் பாணர்களின் உண்கலங்களை துளையிட்டு, இரவலர்களின் கைகளை ஊடுருவி, பாணரை நம்பி வாழும் அவர் சுற்றத்தார் கண் மயங்கிச் சோர்ந்து விழ, நுண்ணறிவு கொண்ட புலவர்களின் நாவில் சென்று தைத்ததாம். அதியமானை நோக்கி எறிந்த வேல் முதலில் பாணர்களின் உண்கலங்களை உடைத்து பிறகு அதை ஏந்தியிருந்த இரவலர் கைகளைத் துளையிட்டு, பின் புலவர்கள் நாவில் தைத்து கடைசியாக அதியனின் மார்பில் சென்று விழுந்தது என்று வாசிக்கலாம். பாடலுள் வரிகளின் கிடப்பு நிலையும் அவ்வகையானதே. "மாந்தீரிக மார்க்கேஸ்" எம் ஔவைக்கு "எத்தனை குத்துக்கு" இளையவர்!?

பொன்னொடும், பொருளொடும், சூடான இறைச்சியொடும் கூடவே சுவையான கள்ளையும் இரவலர்க்குத் தந்து மகிழ்ந் திருக்கிறான் அரசன். நம் சங்கவாழ்க்கையில் கள் உணவின் ஒரு பகுதியாகவே இருந்துள்ளது. நிறையப் பாடல்களில் கள் வழங்கிய செய்தி குறிக்கப்பட்டுள்ளது. கள்ளைப் பற்றிய இரண்டு உவமைகள் எனக்குப் பிடித்திருந்தன.

தேள் கடுப்பு அன்ன நாள் படு தேறல் . . .
அரவு வெகுண்டன்ன தேறலொடு . . .

தேளின் விடத்தை போன்ற நாள் பட்ட கள்... பாம்பின் சீற்றம் போன்ற கள்... எனக்குத் தெளிவாகப் புரிகிறது... உங்களுக்குப் புரிகிறதல்லவா?

இன்னொரு கையறு நிலைப்பாடல்... பாடியது குடவாயில் கீரத்தனார்... எளிமையான பாடல்தான்... இரண்டாயிரம் வருடங்கள் தாண்டியும் தீராத எளிமை...

இளையோர் சூடார்; வளையோர் கொய்யார்
நல்யாழ் மருப்பின் மெல்ல வாங்கிப்
பாணன் சூடான்; பாடினி அணியாள்
ஆண்மை தோன்ற ஆடவர் கடந்த
வல்வேல் சாத்தான் மாய்ந்த பின்றை
முல்லையும் பூத்தியோ ஒல்லையூர் நாட்டே. (34)

என்ன வெங்காயம்? தங்கள் தலைவன் இறந்துவிட்டான். மக்கள் அலங்கரித்துக்கொள்ளாமல் சோகம் காக்கிறார்கள் அவ்வளவு தானே என்று இந்தப் பாட்டின் மண்டையில் சுத்தியால் ஒரு போடு போடலாம். ஆனால் "பூத்தியோ" என்கிற சாதாரண சொல்லையும், அது அதிர விடும் இரங்கற் பொருளையும் இதுவரை எந்தச் சுத்தியாலும் உடைக்க இயலவில்லை.

ஒரு பெருந்திணைப் பாடல்... பாடியது பரணர்... பாடப் பட்டது பேகன்...

மடத்தகை மாமயில் பனிக்கும் என்றருளிப்
படாஅம் ஈத்த கெடாஅ நல்லிசைக்
கடாஅ யானை கலிமான் பேக . . .
....
இஃது யாம் இரந்தபரிசில் அஃது இருளின்
இனமணி நெடுந்தேர் ஏறி
இன்னாது உறைவி அரும்படர் களைமே! (145)

படாஅம் என்றால் போர்வை. கெடா நல்லிசை எனில் கெடாத புகழினை உடையவன். கடாஅ யானை என்றால் மதயானை. கலிமான் என்பது குதிரை. யானையும் குதிரையும் உடையவன் அவ்வளவுதான். மயிலுக்கு போர்வை தந்த கதை தான் சொல்லப்பட்டிருக்கிறது... உன்னிடம் நான் வேண்டும் பரிசில் என்னவெனில், நீ இப்போதே, இந்த இரவே தேரில் ஏறி உன் இல்லம் சென்று அருந்துயரில் வாடும் உன் மனைவியின் துன்பத்தைக் களைவாயாக! அதாவது பேகன் மனைவியை விடுத்து காதலியொடு வதிந்துவிட்டார். அவனை வீட்டுக்குத் திருப்புகிறார் புலவர்.

மயிலுக்குக் குளிரும் என்றறிந்தவன்... மனைவிக்குச் சுடும் என்றறிவிலன்! விந்தைதான் இது.

உயர்வு நவிற்சி அணியை தண்டியலங்காரம் "அதிசய அணி" என்கிறது.

மனப்படும் ஒரு பொருள் வனப்பு உவந்து உரைப்புழி
உலகுவரம்பு இறவா நிலைமத்து ஆகி
ஆன்றோர் வியப்பத் தோன்றுவது அதிசயம்

என்று இலக்கணம் சொல்கிறது.

"பாரியின் பரம்பு மலை மிகப் பெரியது. அதில் சுனைகள் ஏராளம் உண்டு..." என்கிற வரியை வாசிக்கும் நாம், ஒரு செய்தியை அறிந்துகொண்டு அந்தப் பக்கத்தைப் புரட்டிவிடுகிறோம்.

வான்கண் அற்று அவன் மலையே வானத்து
மீன் கண் அற்று அதன் சுனையே **(109)**

என்கிற வரியை வாசிக்கும்போதோ, செய்தியோடே நம் நெஞ்சத்துள் செலுத்தப்படும் இன்பத்துள் மயங்கி, பேனா மூடியை வாயில் கவ்வியபடியே அந்த வரியை அடிக்கோடிடுகிறோம். நமது புறப்பாடல்களில் இதுபோன்ற உயர்வு நவிற்சியின் சாயைகள் சிறுதீற்றல்களாக ஆங்காங்கே உண்டு. அச்சிறுதீற்றல் அடர்ந்து விரிந்து எழுகையில் 'ஆன்றோர் வியந்துவிடுகிறார்கள்.' 'அதிசய அணி' பிறந்துவிடுகிறது . புறநானூற்றிலிருந்து இரண்டு பாடல்கள். முதல் பாடல் கடையெழு வள்ளல்களில் ஒருவனான ஓரியை வன்பரணர் வியந்தது. ஓரியை 'வல்வில் ஓரி' ஆக்கிக் காட்டும் பாடல். அதாவது அவன் விற்திறம் போற்றுவது ...

வேழம் வீழ்த்த விழுத்தொடைப் பகழி
பேழ்வாய் உழுவையைப் பெரும் பிறிது உறீஇப்
புழல்தலைப் புகர்க்கலை உருட்டி உரல்தலைக்
கேழல் பன்றி வீழ அயலது
ஆழற் புற்றத்து உடும்பில் செற்றும் . . . **(152)**

(பகழி – அம்பு, பேழ்வாய் உழுவை – வாய் பிளந்து நிற்கும் புலி, கலை – மான்)

ஓரி எய்த அம்பு யானையை வீழத்தி, அதைக் கொல்ல வாய் பிளந்து நின்ற புலியை துளைத்துக்கொண்டு, குறுக்கே வந்த கலைமானைக் குத்தி, அருகே இருந்த உரலினைப் போன்ற தலையுடைய காட்டுப்பன்றியை வீழ்த்திய பிறகு, அருகாமையில் உள்ள ஆழமான புற்றில் இருந்த உடும்பின் உடலில் தைத்து நின்றது.

இரண்டாவது பாடல் சோழன் நலங்கிள்ளியின் படைப் பெருக்கத்தை பற்றி ஆலந்தூர்க்கிழார் பாடியது ...

தலையோர் நுங்கின் தீஞ்சோறு மிசைய
இடையோர் பழத்தின் பைங்கனி மாந்தக்
கடையோர் விடுவாய்ப் பிசிரொடு சுடுகிழங்கு நுகர ... **(225)**

நலங்கிள்ளியின் படையில் முன்னால் செல்லும் வீரர்களுக்கு பனை நுங்கின் தீஞ்சோறு உண்ணக் கிடைக்கும். இடைப்பகுதியில் வரும் வீரர்களுக்கோ பனம்பழம்தான் கிடைக்கும். கடைசியில் வரும் வீரர்களுக்கு பிசிறுடன் கூடிய கிழங்குதான் வாய்க்கும். அதாவது கிள்ளியின் தலைப்படை ஒரு பனைமரத்தை கடப்பதற்கு நுங்கு பழமாகும் காலம் பிடிக்குமாம். இடைப்படை கடந்து போக பழம் கிழங்காகும் காலம் பிடிக்குமாம். அவ்வளவு பெருத்ததாம் அவன் படை.

மேலே சொல்லப்பட்ட பாடல்கள் புறநானூற்றில் இருப்பவை. இனி ஆற்றுப்படைகளிலிருந்து சில வரிகள் ...

ஆறலை கள்வர் படைவிட அருளின்
மாறுதலை பெயர்க்கும் மருவின் பாலை **(பொருநராற்றுப்படை)**

அதாவது ஆறலைக்கள்வர்கள் தம் படைக்கருவிகளை எறிந்து விட்டு, தன் தொழிலையே விட்டுவிடும்படியான மயக்கமூட்டும் பாலை யாழ்...

இது தொண்டைமான் நாட்டின் நல்லியல்பு...

அத்தம் செல்வோர் அலறத்தாக்கி
கைப்பொருள் வௌவுங் களவு ஏர் வாழ்க்கைக்
கொடியோர் இன்று அவன் கடியுடை வியன்புலம்
உருமும் உரறா; அரவந் தப்பா
காட்டுமாவும் ஊறுகண் செய்யா
வேட்டாங்கு
அசைவுழி அசைஇ நசைவுழித்தங்கி
சென்மோ இரவல, சிறக்க நின் உள்ளம் ...

(பெரும்பாணாற்றுப்படை)

(அத்தம் – வழி, வௌவுங் – கவரும், கடியுடை வியன்புலம்– காவல் மிகுந்த விரிந்த நாடு, உருமும் – இடியும், வேட்டம்– விருப்பம்)

வழிப்போக்கர்களைத் தாக்கி அவர்களின் கைப்பொருள்களைப் பறித்துக்கொள்ளும் கொடியோர் இல்லாதது: இங்கு இடியும் இடித்து அச்சமூட்டாது: அரவும் கொத்தி துன்பமூட்டாது:காட்டு விலங்குகள் உறுகண் செய்யா; நீ இளைப்பாற விரும்பும் இடத்தில் இளைப்பாறி, தங்க விரும்பும் இடத்தில் தங்கி நிம்மதியாகச் செல்வாயாக இரவலா!

நமது புறப்பாடல்களிலும் நகை குறைவே. ஆனால் வேறு விளையாட்டுகள் கொஞ்சம் உண்டு. 'வஞ்சப்புகழ்ச்சி அணி' பயின்று வரும் பாடல்களில் இயல்பாகவே விளையாட்டும் துலங்கி வருவதைக் காண முடிகிறது. வஞ்சப்புகழ்ச்சி அணிக்கு எடுத்துக்காட்டாக பள்ளிப் பாடத்திட்டத்தில் இடம்பெறும் கபிலரின் பாடல் சுவாரஸ்யமானது.

பாரி பாரி என்று பல ஏத்தி
ஒருவற் புகழ்வர் செந்நாப் புலவர்
பாரி ஒருவனுமல்லன்
மாரியும் உண்டு ஈண்டு உலகு புரப்பதுவே **(107)**

பாரியுமுண்டு என்பதில் ஒரு சுவாரஸ்யமும் இல்லை. மாரியும் உண்டு என்கிற மாறாட்டமே இங்கு கவிதையைப் புரந்து நிற்கிறது. தம் தலைவனை விளிக்கையில் நீளமான முன்னொட்டுகளுடன் அவன் வீரதீரம், படைபலம், நீர் வளம், நில வளம் எனப் பல சொல்லி, நீட்டி முழக்கி அழைப்பதே சங்கப்பாடல்களின் பொது இயல்பு. (அதன்வழி தெரியவரும் தகவல்கள் தனிச் சங்கதி) இப்பாடல் அதிலிருந்து விலகி நிற்கிறது. இந்த விலகலே இதன் தனியழகு. சங்கப்பாடல் போலவே இல்லை இதன் கட்டுமானம். நெற்றிப்பொட்டில் அடிப்பதென்று இப்பாடலைச் சொல்லலாம். பள்ளியிலிருந்தே கேட்டுக்கொண்டிருக்கும் பாடல். இதற்குப் பொருள் தேவையில்லை என்று நினைக்கிறேன். வேண்டும் எனில், உங்கள் தமிழ் வாத்தியாரைப் பார்க்கையில் இனி நீங்கள் வணக்கம் வைக்கத் தேவையில்லை. பள்ளிப் பாடத்திட்டத்தில் இருக்கும் இன்னொரு வஞ்சப்புகழ்ச்சி பாடல், ஔவை யுடையது ...

"இவ்வே பீலியணிந்து மாலை சூட்டி ..." என்று துவங்கும் பாடல். அதியமான் தொண்டைமான் இருவருக்கும் இடையே நடக்க இருந்த போரைத் தடுக்கும் பொருட்டு தொண்டைமானிடம் தூது சென்ற ஔவையின் பாடல். "உன் படைக்கலக்கருவிகள் எல்லாம் பீலி அணிந்து, மாலை சூட்டி, நெய்யணிவிக்கப்பட்டு, முனை மழுங்காமல் புதிதாகவும் பத்திரமாகவும் உள்ளது. எம் தலைவன் அதியனின் படைக்கலங்களோ தினமும் எதிரிகளைக் குத்திக் கிழப்பதால் முனை மழுங்கப்பட்டு எப்போதும் கொல்லனின் உலையிலேயே கிடக்கன்றன" என்று சொல்கிறது அப்பாடல்.

இவ்வே பீலி அணிந்து மாலை சூட்டிக்
கண்திரள் நோன்காழ் திருத்தி நெய்யணிந்து
கடியுடை வியன் நகரவ்வே அவ்வே
பகைவர்க் குத்திக் கோடுநுதி சிதைந்து
கொல் துறைக் குற்றி மாதோ என்றும்
உண்டாயின் பதங் கொடுத்து
இல்லாயின் உடன் உண்ணும்
இல்லோர் ஒக்கல் தலைவன்
அண்ணல் என் கோமான் வைந்நுதி வேலே. **(95)**

(கொல் துறை – கொல்லர் உலை, நுதி – நுனி)

கபிலரின் வஞ்சப்புகழ்ச்சிக்கு சற்றும் குறைவில்லாத சுவாரஸ்ய முடைய பாடல் ஒன்று. பாடியது 'கோனாட்டு எறிச்சலூர்

மாடலன் மதுரைக் குமரனார்.' நீளமான பெயர். எனவே மனதில் நிற்காது. எனினும் நான் மனதில் நிறுத்திக்கொள்ள ஆசைப்பட்ட பெயர். எனவே 'மதுரைக் குமரனார்' எனச் சுருக்கி மனத்துக்கண் வைத்தேன்.

நீயே அமர்காணின் அமர்கடந்து அவர்
படைவிலக்கி எதிர் நிற்றலின்
வாஅள் வாய்த்த வடுவாழ் யாக்கையொடு
கேள்விக்கு இனியை; கட்கின்னாயே
அவரே நிற்காணில் புறம் கொடுத்தலின்
ஊறு அறியா மெய் யாக்கையொடு
கண்ணுக்கு இனியர்; செவிக்கு இன்னாரே
அதனால் நீயும் ஒன்று இனியை; அவரும் ஒன்று இனியர்
ஒவ்வா யாவுள மற்றே வெல்போர்க்
கழல்புனை திருந்தடிக் கடுமான் கிள்ளி!
நின்னை வியக்கும் இவ்வுலகம்; அஃது என்னோ ?
பெரும! உரைத்திசின் எமக்கே. **(167)**

"போரென்று வந்துவிட்டால் பகைக்கூட்டத்துள் புகுந்து எதிர் நிற்பாய். அப்படி நிற்பதால் உடலெல்லாம் வாள் கீறிய புண்களோடு உன் உடல் பார்க்க அழகாயில்லை. ஆனால் உன்னைச் சேரும் புகழால் நீ கேட்க அழகானவனாய் இருக்கிறாய். உன் பகைவரோ போர்க்களத்தில் நேர்நிற்காமல் புறமுதுகிட்டு ஓடிவிடுவதால் அவர் உடலில் புண்கள் ஏதுமில்லை. எனவே அவர் கண்களுக்கு இனியராக உளர். ஆனால் அவர் செயல்கள் கேட்க அழகாயில்லை. இப்படி இருவருமே ஒவ்வொரு விதத்தில் இனியர். ஆனால் உன்னை மட்டும் வியந்து போற்றுகிறதே இவ்வுலகம்!?"

(கட்கின்னாயே – கண்ணுக்கு இனியன் அல்லன் , ஒவ்வா யாவுள மற்றே – இருவருக்கும் இடையே என்னதான் வேறுபாடு, வெல்போர்க் கழல்புனை திருந்தடிக் கடுமான் கிள்ளி – போர் வெற்றி பொருந்திய வீரக்கழல் அணிந்த வேகமாக பாயும் குதிரைகளைக் கொண்ட கிள்ளியே!, கடுமான் – குதிரை)

கபிலரின் பாட்டிலுள்ள அந்த 'நெற்றியடி' இல்லை. வேறு என்ன குறை? கபிலர் கபிலர் என்று ஒருவற் புகழ்கிறதே நம் செந்நாக்கூட்டம்? குமரனுமுண்டு ஈண்டு கவி புரப்பதுவே ...

இப்படி முயன்று தேடி, வலிந்து சேர்த்தால் கொஞ்சம் விளையாட்டு சிக்குகிறதே ஒழிய, நம் சங்கப்பாடல்களின் பெருந்திரட்டுடன் ஒப்பிடுகையில் இவற்றின் எண்ணிக்கை மிகச்சொற்பமே.

நீதி நூல்கள் I

1. டொண்டொண்டொண் டென்னும் பறை.

நீதிநூல்கள் கவிதையில் சேருமா என்கிற சந்தேகம் ஏனோ எனக்கு வந்ததேயில்லை. பல பாடல்கள் கெட்டி தட்டிய நற்கருத்துக்களைச் சொல்பவைதான் என்றாலும் கவிதையின் இயங்கு முறையுடன் சொல்லப்பட்ட பல நல்ல கவிதைகள் அவற்றில் உண்டு. சட்டென நினைவுக்கு வருவது ...

> அல்லல்பட்டு ஆற்றாது அழுதகண்ணீர் அன்றே
> செல்வத்தைத் தேய்க்கும் படை

'கொடுங்கோன்மை' அதிகாரத்தில் வள்ளுவர் எழுதியிருக்கும் ஏனைய 9 பாடல்களையும் கவிதையில்லை என்று ஒருவரால் சண்டையிட முடியும். ஆனால் இப்பாடலின் முன்னே அவர் எந்தக் குச்சியை நீட்டுவார். இப்பாடல் கவிதையின் ஆக்ரோஷத்துடன் துடிக்கிறது அல்லது கவிதையின் முட்டாள்தனத்துடன் விசும்புகிறது அதாவது இப்பாடல் கவிதையின் கதியில் இயங்குகிறது.

நண்பர் ஒரு மெட்ரிக் பள்ளி நடத்தி வருகிறார். அவரைப் பார்ப்பதற்காக நானும் என் மாமாவும் ஒரு முறை பள்ளிக்குச் சென்றிருந்தோம். பள்ளியை நெருங்க நெருங்க பாட்டுச் சத்தம் கேட்டது. மழலைகளின் கூவல் ... ஒருநூறு குழந்தைகள் ஒரே குரலில் ராகமிட்டுப் படித்துக்கொண்டிருந்தனர். ஒவ்வொரு வரியாக ஒரு குழந்தை சொல்ல மீதிக் குழந்தைகள் அதை ஒரே குரலில் மீட்டினார்கள்.

எல்லோரும் அவ்வரியின் மேல் ஏறிப் பறந்தார்கள் என்று சொல்லலாம்.

சாதி இரண்டொழிய
சாதி இரண்டொழிய . . .
வேறில்லை
வேறில்லை . . .
சாற்றுங்கால்
சாற்றுங்கால . . .
நீதிவழுவா நெறிமுறையின்
நீதிவழுவா நெறிமுறையின் . . .
மேதினியில்
மேதினியில் . . .
இட்டார் பெரியோர்
இட்டார் பெரியோர் . . .
இடாதார் இழிகுலத்தோர்
இடாதார் இழிகுலத்தோர் . . .
பட்டாங்கில் உள்ள படி
பட்டாங்கில் உள்ள படி . . .

"இட்டார் பெரியோர் . . . இடாதோர் இழிகுலத்தோர் . . ." என்கிற வரி நூறு குழந்தைகளின் ஒத்திசைவில் ஒலிக்கையில் எனக்கு என்னவோ போல் ஆகிவிட்டது. கண்ணீர் துளிர்த்துவிட்டது. சரி . . . ஒரு சிவாஜி ரசிகனுக்கு கன்னச்சதைகள் கொஞ்சம் ஓவராகத்தானே துடிக்கும் என்று நினைத்துக்கொண்டேன். ஆனால் அன்றிரவு ஒன்பது மணிக்கு மேல் மாமாவும் அதையே சொன்னார். மாமா எம்ஜியார் ரசிகர் . . . விழிக்கடையில் ஒரு சொட்டுக்கு மேல் அவர் தங்க விடுபவரில்லை.

"மாப்ள . . . இன்னைக்கு காலைல அந்தக் குழந்தைக பாடுன பாட்டு என்னவோ பண்ணிருச்சுடா . . ."

இரவு ஒன்பது மணிக்கு மேல் மாமாவின் ஒவ்வொரு சொல்லும் சத்தியத்தில் புரண்டவை என்று நான் உங்களுக்கு உறுதி சொல்கிறேன். "இட்டார் பெரியோர் . . . இடாதோர் இழிகுலத்தோர் . . ." என்கிற வரி இரண்டு 'இ'னாக்களைப் பிடித்து இழுத்துத் தைத்ததல்ல என்றே நான் நம்புகிறேன்.

நமது நீதிநூல்கள் நமக்கு நன்னெறிகளைப் போதிக்கின்றன. எது நன்று? எது தீது? எது பெருமை? எது சிறுமை? எது நிலைத்தது? எது நிலையாதது? எது உகந்தது? எது கூடாதது? என்பதைக் கற்பிக்கின்றன. கொஞ்சமாக அவற்றைப் பார்க்கலாம் . . .

வித்தும் இடல்வேண்டும் கொல்லோ விருந்தோம்பி
மிச்சில் மிசைவான் புலம்.

('திருக்குறள்' — விருந்தோம்பல்)

(வந்த விருந்தினர்களை நல்ல முறையில் உபசரித்து அவர்களை உண்ண வைத்து பின் மிச்சமிருப்பதை உண்பவனின் நிலத்திற்கு வித்தும் இட வேண்டுமோ? அனைத்தும் தானே விளைந்துவிடும் என்பது குறிப்பு.)

உண்ணாமை வேண்டும் புலாஅல் பிரிதொன்றன்
புண்ணது உணர்வார்ப் பெறின்.

(புலால் மறுத்தல்)

(புலால் என்பது இன்னொரு உயிரின் புண். அதை உணர்ந்து உண்ணாமை வேண்டும்.)

நுண்மாண் நுழைபுலம் இல்லான் எழில்நலம்
மண்மாண் புனைபாவை அற்று.

(கல்லாமை)

(கூர்த்த அறிவற்றவனின் அழகு மண்ணால் புனையப்பட்ட பாவையைப் போன்று உயிரற்றது. பயனற்றது.)

கொக்கொக்க கூம்பும் பருவத்து மற்றதன்
குத்தொக்க சீர்த்த இடத்து

(காலமறிதல்)

(கொக்கு தன் இரைக்கான நல்வாய்ப்பு வரும்வரை பொறுமையாக காத்து நிற்கும், வந்தவிடத்தில் அதைத் துல்லியமாக குத்தி எடுக்கும்.)

கேட்டார்ப் பிணிக்கும் தகையவாய்க் கேளாரும்
வேட்ப மொழிவதாம் சொல்.

(சொல்வன்மை)

(சொல் என்பது கேட்டாரை பிணிப்பதாகவும், கேளாதாரை கேட்க ஏங்க வைப்பதாகவும் இருக்க வேண்டும்.)

ஈன்றாள் பசிகாண்பான் ஆயினும் செய்யற்க
சான்றோர் பழிக்கும் வினை.

(வினைத்தூய்மை)

(பெற்ற தாய் பசியோடிருப்பதைக் காண நேர்ந்தாலும், அதன் நிமித்தம்கூட சான்றோர் பழிக்கும் செயல்களைச் செய்யற்க.)

அடுத்தது காட்டும் பளிங்குபோல் நெஞ்சம்
கடுத்தது காட்டும் முகம்.

(குறிப்பறிதல்)

நாடென்ப நாடா வளத்தன நாடல்ல
நாட வளந்தரு நாடு.

(நாடு)

("நாடா வளத்தன நாடு என்ப – தம்கண் வாழ்வார் தேடி வருந்தாமல் அவர்பால் தானே அடையும் செல்வத்தை உடைய

வற்றை நூலோர் நாடு என்று சொல்வர். நாட வளம் தரும் நாடு நாடு அல்ல – ஆதலால் தேடி வருந்தச் செல்வம் அடைவிக்கும் நாடுகள் நாடு ஆகா ...” இது பரிமேலழகர் உரை.)

என்னை முன் நில்லன்மின் தெவ்விர் பலரென்னை
முன் நின்று கல்நின்றவர்.

(படைச்செருக்கு)

பகைவர்களே! போர்க்களத்தில் என் தலைவனின் முன்னே நிற்காதீர். அப்படி நின்ற பலரும் இன்று நடுகல்லாகவே நிற்கிறார்கள்.

குன்றேறி யானைப்போர் கண்டற்றால் தன்கைத்தொன்று
உண்டாகச் செய்வான் வினை

(பொருள் செயல்வகை)

குன்றின் மேல் ஏறி நின்றுகொண்டு வசதியாக பத்திரமாக காட்சியின்பம் பயக்கும் யானைப் போரை காண்பதைப் போன்றது. கையில் கொஞ்சம் பொருளை வைத்துக்கொண்டு ஒரு செயலைத் தொடங்குவது. “குன்றேறியான் அச்சமும் வருத்தமும் இன்றி நிலத்திடை யானையும் யானையும் பொருபோரை தான் இனிதிருந்து காணுமது போல” என்கிறார் பரிமேலழகர்.

நட்டார்போல் நல்லவை சொல்லினும் ஒட்டார்சொல்
ஒல்லை உணரப் படும்.

(கூடா நட்பு)

(நண்பர்களைப் போல் நடித்து நல்லவற்றைச் சொல்வது போல் பாசாங்கு செய்தாலும் அப்பாசாங்கு விரைவிலேயே தெரியவரும்.)

கூற்றத்தைக் கையால் விளித்தற்றால் ஆற்றுவார்க்கு
ஆற்றாதார் இன்னா செயல்

(பெரியாரைப் பிழையாமை)

(ஆற்றலுடைய பெரியோர்கு ஆற்றலற்றோர் இன்னா செய்தல் எமனை கைதட்டி அழைத்தது போல ஆகும்.)

இழத்தொறூஉம் காதலிக்கும் சூதேபோல் துன்பம்
உழத்தொறூஉம் காதற்று உயிர்.

(சூது)

(உயிர் ஓயாது துன்பத்தில் உழன்றாலும் அது வாழ்தலுக்கான ஆசையை விட்டுவிடுவதில்லை. அது போலே எவ்வளவு இழக்கும் போதிலும் சூதின் மேலான காதல் மறைவதில்லை. “துன்பத்தில் உழல உழல இன்பத்தின் மேலான ஏக்கம் கூடுவதைப் போலே, பொருளை இழக்க இழக்க சூதின் மேலான ஆசை கூடுகிறது” என்று வாசிக்க எனக்கு விருப்பம். பரிமேலழகர் ஒத்துக்கொள்ள மாட்டேன் என்கிறார்.)

நகல்வல்லர் அல்லார்க்கு மாஇரு ஞாலம்
பகலும் பாற்பட்டன்று இருள்.

(பண்புடைமை)

(பிறரோடு கலந்து பேசி மகிழ இயலாதவர்களுக்கு, பகலிலும் இருள் அண்டிக்கிடக்கும் இவ்வுலகம்.)

செல்லான் கிழவன் இருப்பின் நிலம்புலந்து
இல்லாளின் ஊடி விடும்

(உழவு)

(உழவன் அடிக்கடி சென்று தன் நிலத்தைக் காணாவிடின், அதுவும் இல்லாளைப் போலவே ஊடல் கொண்டுவிடும்.)

நெருப்பினுள் துஞ்சலும் ஆகும் நிரப்பினுள்
யாதொன்றும் கண்பாடு அரிது.

(நல்குரவு – வறுமை)

நெருப்பில் கிடந்து உறங்குவதுகூட இயலும் வறுமையில் உறங்குவது இயலாது என்பதுதான் முடிந்த பொருள். ஆனால் "யாது ஒன்றும் கண்பாடு அரிது" என்கிற வரியை அவ்வளவு எளிதாக முடித்துவைக்க முடியுமா? இந்த மூடனின் உரையை விட்டுவிடு வாசகா... அந்த வரியையே நான்கு முறை திரும்பத் திரும்ப வாசி... அது சொல்லும் ஆயிரம் பொருள்.

பனிபடு சோலைப் பயன்மரம் எல்லாம்
கனியுதிர்ந்து வீழ்ந்தற்று இளமை– நனிபெரிதும்
வேற்கண்ணள் என்றிவளை வெஃகன்மின் மற்றிவளும்
கோற்கண்ணள் ஆகும் குனிந்து.

(நாலடியார் – இளமை நிலையாமை)

(மரத்திலிருந்து அதன் கனிகள் வீழ்ந்துவிடுவது போன்றதே இளமை. எனவே வேல் போன்ற கண்களைக் கொண்டவள் என்று ஒரு பெண்ணிடம் மயங்கி ஆசைகொள்ளாதீர். அப்பெண்ணும் கோலையே கண்ணாக ஊன்றி குனிந்து நடக்கும் கிழப்பருவம் அடைவது திண்ணம்.)

(பனிபடு சோலை – குளிர்ச்சி பொருந்திய சோலை, வெஃகன்மின் – ஆசைகொள்ளாதீர்.)

புக்க இடத்தச்சம் போதரும் போது அச்சம்
துய்க்கும் இடத்து அச்சம் தோன்றாமல் காப்பு அச்சம்
எக்காலும் அச்சம் தருமால் எவன் கொலோ
உட்கான் பிறன்இல் புகல்?

(பிறர்மனை நயவாமை)

(பிறன்மனைக்குள் புகும்போது அச்சம். திரும்பி போகும்போது அச்சம். அவளை துய்க்கையிலும் அச்சம். இக்களவு வெளியே தெரியாமல் காக்க வேண்டுமே என்றும் அச்சம். இப்படி

எப்போதும் அச்சம் தந்துகொண்டே இருக்கும் இவ்வுறவில் ஒருவன் அடையும் இன்பந்தான் என்ன?)

வைப்புழிக் கோட்படா: வாய்த்து ஈயின் கேடில்லை
மிக்க சிறப்பின் அரசா் செறின் வவ்வார்
எச்சம் என ஒருவன் மக்கட்குச் செய்வன
விச்சை மற்றல்ல பிற.

(நாலடியார் — கல்வி)

(வைத்த இடத்திலிருந்து யாரும் கவர்ந்துகொள்ள முடியாது. தமக்கு வாய்த்ததைப் பிறருக்கு ஈவதால் குறைந்தும் விடாது. படைபலம் மிக்க வலிய அரசன் சினந்தெழுந்தாலும் பறித்துக் கொள்ள முடியாது. எனவே இவ்வுலகில் ஒருவன் தன் மக்கட்குச் செல்வம் என்று விட்டுச்செல்ல வேண்டியது கல்வியையே தவிர வேறொன்றில்லை.)

பலநாளும் பக்கத்தார் ஆயினும் நெஞ்சில்
சிலநாளும் ஒட்டாரோடு ஒட்டார் – பல நாளும்
நீத்தார் எனக் கைவிடல் உண்டோ தன் நெஞ்சத்து
யாத்தாரோடு யாத்த தொடர்பு

(நாலடியார் — நட்பாய்தல்)

பலநாளும் தன் பக்கத்திலேயே இருந்துகொண்டிருந்தாலும் நெஞ்சம் விரும்பாத ஒருவரிடம் உறவுகொள்ள இயலாது. நெஞ்சில் நிறைந்திருக்கும் ஒருவர் எத்தனை காலம் நீங்கி யிருப்பினும் அவரோடான உறவு அறுந்துவிடுமா என்ன? பக்கத்தில் இருப்பதற்கும் நெஞ்சத்துள் இருப்பதற்கும் யாதொரு தொடர்பும் இல்லை.

அற்ற குளத்தில் அறு நீர்ப்பறவை போல்
உற்றுழித் தீா்வார் உறவு அல்லா்; அக்குளத்தில்
கொட்டியும் ஆம்பலும் நெய்தலும் போலவே
ஒட்டி உறுவார் உறவு.

(மூதுரை)

குளத்தில் நீர் வற்றிய உடன் விலகிச் செல்லும் பறவைகள் போல, நமக்குத் துன்பம் வந்தபோது நம்மை விட்டு விலகிச் செல்பவர்கள் உறவினர் அல்லர். அந்தக் குளத்திலேயே அப்போதும் சேர்ந்து வாடும் கொட்டி, அல்லி, நெய்தல் கொடிகளைப் போலே உடனிருந்து, நம் துன்பங்களையும் பகிர்ந்துகொள்பவர்களே நல்லுறவு.

ஆழ அமுக்கி முகக்கினும் ஆழ்கடல் நீர்
நாழி முகவாது நானாழி – தோழி
நிதியும் கணவனும் நேர் படினும் தம்தம்
விதியின் பயனே பயன்.

(மூதுரை)

தோழி! எவ்வளவுதான் அமுக்கி, பெரும் கடலிலே முகந்தாலும், ஒரு நாழி (படி) அளவுள்ள பாத்திரம் நான்கு படி நீரை முகவாது. நல்ல கணவனும் செல்வமும் நிறைந்திருந்தாலும் நமக்குக் கிடைக்கும் பயனின் அளவும் அதைப் போன்றதுதான். அது நம் முன்ஜன்ம நல் வினைகளின் அளவைப் பொறுத்ததே.

கற்றோர்க்குக் கலவி நலனே கலன் அல்லால்
மற்றோர் அணிகலம் வேண்டாவாம் – முற்ற
முழுமணிப் பூணுக்குப் பூண் வேண்டா யாரே
அழகுக்கு அழகு செய்வார்.

(நீதி நெறி விளக்கம்)

கற்றோருக்கு தாம் கற்ற கல்வியே அணிகலன் போன்றதாகும். எனவே அவருக்கு வேறு அணிகலன்கள் வேண்டியதில்லை. முழுவதும் மணிகளால் ஆன ஆபரணத்திற்கு வேறு ஆபரணங்கள் எதற்கு? அழகுக்கு எதற்கு அழகு!

நமக்கு நல்லபுத்தி வரவேண்டுமென்று நம்மனோர் எவ்வளவு சிரமம் மேற்கொண்டிருக்கிறார்கள் பாருங்கள் ... நீதி மாத்திரையைப் பழத்திற்குள் திணித்துக் கொடுத்திருக்கிறார்கள்.

இடைதெரிந்து அச்சுறுத்து வஞ்சித்து எளியார்
உடைமை கொண்டு ஏமாப்பார் செல்வம் – மடநல்லார்
பொம்மன் முலைபோல் பருத்திடினும் மற்றவர்
நுண்ணிடை போல் தேய்ந்துவிடும்.

(நீதி நெறி விளக்கம்)

(இடை தெரிந்து – காலம் பார்த்து, பொம்மன் முலை– பூரிப்பால் விம்மி எழுந்த முலை, ஏமாப்பார்– இன்பம் அடைபவர்)

எளியவர்களை அச்சுறுத்தி வஞ்சித்துப் பெற்ற செல்வம் பூரிப்பால் விம்மி எழும் பெண்களின் முலைகளைப் போலே பருத்து தோன்றிடினும், சீக்கிரமே அவரது நுண்ணிய இடைபோல் தேய்ந்துவிடுமாம்.

நீதியை போதிக்கும் நீதிநூல்களில் நாம் பெரிதாக விளையாட்டை எதிர்பார்க்க முடியாது. அவை பிரம்பு கைக் கொண்ட வாத்தியார்கள். எனவே அவை சிரிப்பது அரிது. நீதியின் முகம் எப்போதும் கடுத்தது போலும்? நாம் இப்போது அரிதாக தப்பிப்பிழைத்தவைகள் பற்றிப் பார்க்கலாம்.

“நகை” என்று சொல்லவேண்டுமென்றால் சல்லடை போட்டுத் தேடி 1330 குறள்களில் ஒன்றிரண்டைக் கண்டுபிடிக்கலாம். அவை ‘கயமை’ அதிகாரத்தில் உள்ளன. அதற்கும் சிரிக்கமாட்டேன் என்று நீங்கள் அடம்பிடித்தால் அதற்கு நான் பொறுப்பல்ல.

ஈங்கை விதிரார் கயவர் கொடிறுடைக்கும்
கூன்கையர் அல்லா தவர்க்கு.

கயவர்கள் ஈரக் கையைக்கூட உதறமாட்டார்கள் யாருக்கு எனில் தன் செவிட்டிலேயே அடித்து அதை உடைக்கும் வல்லமை இல்லாதவருக்கு. அதாவது செவிட்டிலேயே நாலு போடு போட்டால் தானாகத் தருவான் என்கிறார் அய்யன்.

அறைபறை அன்னர் கயவர்தான் கேட்ட
மறைபிறர்க்கு உய்த்து உரைக்கலான்.

அறைந்து பறை சாற்றும் பறைக்கருவியைப் போன்றவர்கள் கயவர் எப்படியெனில் அவர்கள் தான் அறிந்த இரகசியங்களை எல்லோரிடமும் சொல்லித்திரிவர். இரகசியங்களைக் காக்கத் தெரியாதவர்களை "மைக் செட்" என்றும் "ஸ்பீக்கர் பாக்ஸ்" என்றும் கிண்டலடிப்பது இன்றும் உள்ளது தானே? வள்ளுவர் காலத்தில் ஸ்பீக்கர் இல்லை பறைதான்.

கண்ணுடையர் என்பவர் கற்றோர் முகத்திரண்டு
புண்ணுடையர் கல்லா தவர்.

போன்ற 'குத்தல்கள்' குறளில் நிறைய உண்டு. ஆனால் அவை 'நமது விளையாட்டில்' சேராது.

குறளில் கொஞ்சம் அணிவிளையாட்டுகள் உண்டு. பிறிது மொழிதல் அணிக்கு உதாரணம் சொல்லப்படும் 'பீலி பெய் சாகாடும்...' பாடல் அதில் உள்ள அணிவிளையாட்டின் சுவாரஸ்யத்தின் பொருட்டே எனக்கு எளிதாக மனனம் ஆனது. ஆனால் அப்பாடலில் கேலியென்றோ துடுக்குத்தனமென்றோ ஏதுமில்லை.

கயமை அதிகாரத்தில் இடம்பெறும் 'தேவர் அனையர் கயவர்' பாடலை 'வஞ்சப்புகழ்ச்சி' அணிக்கு உதாரணம் சொல்லிக் கேட்டிருக்கிறேன்.

தேவர் அனையர் கயவர் அவருந்தாம்
மேவின செய்து ஒழுகலான்.

கயவர்கள் தேவருக்கு ஒப்பானவர்கள். எப்படியெனில் அவர்களும் தேவர்களைப் போன்றே கேட்க ஆளின்றி தன் மனம்போன போக்கில் செயலாற்றித் திரிவர்.

இந்தப் பாடலில் "வஞ்சப்புகழ்ச்சி" உண்டுதான்... ஆனால் சங்கப்பாடல்களில் உள்ளது போன்று அவ்வளவு சுவாரஸ்யமாக இல்லை என்று சொல்லலாம். ஏனெனில் சங்கப்பாடல்கள் கடைசி வரைக்கும் அது ஒரு வஞ்சப்புகழ்ச்சி என்பதை வாய் திறந்து

சொல்வதில்லை. ஆயினும் நாம் அதை உணர்ந்துகொள்கிறோம். மாறாக வள்ளுவர் இரண்டாவது அடியில் தானே வாய் திறந்து சொல்லிவிடுகிறார். எனவே சுவாரஸ்யம் குன்றிவிடுகிறது.

இப்படியும் ஒரு பாடல் உண்டு...

மக்களே போல்வர் கயவர் அவரன்ன
ஒப்பாரி யாம்கண்டது இல்.

கயவர்களும் மக்களைப் போல்வர்தான்... கயவர்களும் புறத் தோற்றத்தால் மக்களைப் போலவேதான் காணப்படுவர். எனவே இருவருக்கும் இடையே வேறுபாட்டை யான் கண்டதில்லை என்கிறார்.

நிலையாமையின் துக்கம் வெளிப்படையானது. அதன் புதிர்க்கணக்கின் முன்னே மொத்த மானிட இனமும் கையைப் பிசைந்துகொண்டு நிற்கிறது. நிஜமாலுமே அது 'கை அறு நிலை' தான்.

நெருநல் உளனொருவன் இன்றில்லை என்னும்
பெருமை உடைத்து இவ்வுலகு

என்கிறார் வள்ளுவர்.

நமது நீதிநூல்களில் நிலையாமையின் புதிரும் துக்கமும் பல இடங்களில் பேசப்படுகிறது. ஆனால் நிலையாமையில் ஒரு சிரிப்பு உண்டு. "ஞானச்சிரிப்பு" என்று இதைச் சொல்லாம். பல பாடல்களில் ஞானம் உண்டு. ஆனால் சிரிப்பு தவறிவிடுகிறது. ஆனால் நாலடியாரின் ஒரு பாடலில் இந்தச் சிரிப்பு தப்பிப் பிழைத்திருக்கிறது.

கணங்கொண்டு சுற்றத்தார் கல்லென்று அலறப்
பிணங்கொண்டு காட்டு உய்ப்பார்க் கண்டும்–மணங்கொண்டீண்டு
உண்டுண்டுண் டென்னும் உணர்வினாற் சாற்றுமே
டொண்டொண்டொண் டென்னும் பறை.

(நாலடியார் – யாக்கை நிலையாமை)

சுற்றத்தார் கூடிவந்து கல்லென்று கதறியழுது பிணத்தைத் தூக்கிக் கொண்டு சுடுகாடு போவார்கள். இதைத் தெளிவாகக் கண்ட பின்னும் இவ்வுலகில் இன்னும் இன்பங்கள் உண்டு உண்டு என்று நம்புபவர்களின் மயக்கம் தீர்க்கவே டொண் டொண் டொண் என்று அதிருகிறது சாப்பறை.

உண்டுண்டுண் டென்னும் உணர்வினாற் சாற்றுமே
டொண்டொண்டொண் டென்னும் பறை.

என்கிற சொல்லடுக்கில் இருந்துதான் மெல்லிய சிரிப்பொன்று எழுந்து வருகிறது. ஆனால் இது வெறும் சொல் விளையாட்டல்ல. நிலையாமையின் விளையாட்டு.

நமது சினிமாக்களில் எலும்புக்கூடுகள் பயமுறுத்த பயன் படுத்தப்பட்டதைக் காட்டிலும் சிரிப்புமூட்ட உதவியதே அதிகம். அந்தச் சிரிப்பு நிலையாமையில் இருந்தும் வருகிறது என்று சொல்லலாம். 'கட்டிளங்காளையும், கண்டார் மயக்கடிக்கும் கண்ணியும்' கடைசியில் வெற்று எலும்புக் கூடுகளே என்று நிலையாமை கேலி பேசுகிறது.

இந்த மூதுரைப் பாடலை வாசிக்கையில் யாருக்கு சிரிப்பு வருகிறதோ அவர்கள் இதை 'நகை'யில் சேர்த்துக்கொள்ளலாம்.

கான மயில் ஆடக் கண்டிருந்த வான் கோழி
தானும் அதுவாகப் பாவித்து – தானும் தன்
பொல்லாச் சிறகை விரித்து ஆடினால் போலுமே
கல்லாதான் கற்ற கவி.

நீதி நூல்கள் II

2. யாரினும் யாரினும்?

இந்த நூலிற்காக 'காமத்துப்பாலை' மறு வாசிப்பு செய்கையில் "தமிழுக்கும் அமுதென்று பேர்" என்கிற வரி அடிக்கடி நினைவில் வந்து சென்றது. ஒவ்வொரு பாடலைப் படித்து முடித்ததும் புத்தகத்தை மூடி வைத்துவிட்டு எங்கேயோ வெறித்துக்கொண்டிருந்தேன். வாய்விட்டு "கெட்ட வார்த்தை" சொன்னேன். எங்கள் ஊரில் "ஆளையும் பாரு . . . வேலையும் பாரு . . ." என்று சொல்வார்கள். அதாவது ஆள் ஒரு மாதிரியும் அவன் செய்யும் வேலைகள் வேறு மாதிரியும் இருந்தால் இப்படிக் கேலி பேசுவார்கள். பள்ளிக்கூடங்களில், பேருந்துகளில், காலண்டர்களில், கடலோரத்தில் என எங்கெங்கும் நாம் சிலையாக்கி நிறுத்தியிருக்கும் அந்த 'தவமுனிக் கோலத்து' ஆசாமி தானா இந்தப் பாடல்களையெல்லாம் எழுதியது என்று எனக்கு ஆச்சர்யமாக இருந்தது. சில பாடல்களைப் படித்த உடனே பரவசம் தாளாது நண்பர்களுடன் போனில் பகிர்ந்துகொண்டேன்.

'வேற் கண்ணள் கோல் கண்ணள் ஆகிவிடுவாள்' என்று இளமை நிலையாமை பேசுகிறது நாலடியார். வள்ளுவரும் நிலையாமை, அவா அறுத்தல், துறவு என்றெல்லாம் பேசத்தான் செய்கிறார்,

    தலைப்பட்டார் தீரத் துறந்தார் மயங்கி
    வலைப்பட்டார் மற்றை யவர்

என்று துறவு பேசுகிறார்.

ஆனால் அவரே காமத்துப்பால் முழுக்க ‘வலைப்படுதலின்’ ஆனந்தத்தை எழுதி எழுதித் தீர்க்கிறார். உரை சொல்லவே இயலாமல் கணினியின் முன்னே என்னைச் செயலற்று அமர வைத்த கவிதைகள் இவை.

நோக்கினாள் நோக்கு எதிர்நோக்குதல் தாக்கணங்கு
தானை கொண்டு அன்னதுடைத்து. **(1082)**

தலைவனின் நோக்குக்கு அவள் எதிர்நோக்கு நோக்கினாள். அது வருத்தும் அணங்கு தன் படையோடு வந்து தாக்கியது போல் இருந்ததாம். அணங்கு வருத்தினாலே தாங்க இயலாது, அது படை திரட்டி வேறு வந்தால்...

நீங்கின் தெறூஉம் குறுகும்கால் தண்ணென்னும்
தீயாண்டுப் பெற்றாள் இவள் **(1104)**

நீங்கினால் சுடும்: நெருங்கினால் தண் என்னும் தீ அவள்

அனிச்சமும் அன்னத்தின் தூவியும் மாதர்
அடிக்கு நெருஞ்சிப் பழம். **(1120)**

அனிச்ச மலரும், அன்னத்தின் இறகும் அவள் அடிக்கு நெருஞ்சிப் பழம்.

செல்லாமை உண்டேல் எனக்குரை மற்றுநின்
வல்வரவு வாழ்வார்க்கு உரை **(1151)**

‘செல்லேன்’ என்கிற ஒற்றைச் சொல்லை மட்டும் என்னிடம் சொல்; மற்றதையெல்லாம் நீ வருகையில் யார் உயிரோடு இருப்பார்களோ அவர்களிடம் சொல். என்னிடம் சொல்லிப் பயனில்லை.

கரத்தலும் ஆற்றேன் இந்நோயை நோய்செய்தார்க்கு
உரைத்தலும் நாணுத் தரும். **(1162)**

இந்நோயை மறைக்கவும் இயலாது வருந்துவேன். நோய் தந்தவனிடம், இது நீ தந்தது என்று உரைக்கவும் இயலாது நாணுவேன்.

விளக்கற்றம் பார்க்கும் இருளேபோல் கொண்கண்
முயக்கற்றம் பார்க்கும் பசப்பு. **(1186)**

விளக்கு அணையும் நொடியை எதிர்பார்த்து நிற்கிறது இருள். அடுத்த கணம் தான் விரவி நிறைவோம் என. அது போலே காத்து நிற்கிறது பசலை. தலைவன் நீங்கின், மறுகணம் தான் ஊர்ந்து படர்வோம் என.

துஞ்சுங்கால் தோள்மேலர் ஆகி விழிக்குங்கால்
நெஞ்சத்தர் ஆவர் விரைந்து. **(1218)**

துஞ்சும்போது என் தோள் மேல்தான் இருக்கிறான் தலைவன். அவனைக் காணும் ஆவலில் கண்விழித்துப் பார்த்தால் நெஞ்சிற்குள் ஓடி ஒளிந்துகொள்கிறான்.

> காலைக்குச் செய்த நன்றென்கொல், எவன்கொல்யான்
> மாலைக்குச் செய்த பகை (1225)

இப்படி என்னை ஓயாமல் வருத்தும் இந்த மாலைக்கு நான் செய்த பகைதான் என்ன? வருத்தாக் காலைக்குச் செய்த நன்மைதான் என்ன?

> காலை அரும்பி பகலெல்லாம் போதாகி
> மாலை மலரும் இந்நோய். (1227)

காலையில் அரும்பி பகலெல்லாம் போதாகி மாலையில் மலரும் இப்பசலை நோய்.

> முகைமொக்குள் உள்ளது நாற்றம்போல் பேதை
> நகைமொக்குள் உள்ளது ஒன்றுண்டு. (1274)

முகைமொக்குள் உள்ளது ஒரு நறுமணம். அது போலே அவள் நகைமொக்குள் உள்ளது ஒரு குறிப்பு.

> உள்ளக் கழித்தலும் காண மகிழ்தலும்
> கள்ளுக்கில் காமத்திற்கு உண்டு (1281)

காதலியை நினைந்தாலே இன்பம். கண்டாலே இன்பம். இது காமத்திற்கு மட்டுமே உற்றது. கள்ளிற்கு அற்றது.

> ஊடற்கண் சென்றேன்மன் தோழி அதுமறந்து
> கூடற்கண் சென்றது என்நெஞ்சு (1284)

நான் தலைவன் மேல் கோபத்தில் இருந்தேன். ஆகவே அவரைக் காண்கையில் ஊடவே நினைத்தேன். அந்தோ! அது மறந்து கூடச்சென்றது பார் என் நெஞ்சு.

திருக்குறளின் 132ஆவது அதிகாரம் 'புலவி நுணுக்கம்' என்று தலைப்பிடப்பட்டிருக்கிறது. புலவி எனில் ஊடல். ஊடலே ஒரு விளையாட்டுத்தானே? 'புலவியது நுணுக்கம்' என்று விரியும் என்கிறார் அழகர். அதாவது, இன்று 'ஊடல் விளையாட்டு' விளையாடுவது என்று முடிவு செய்துவிட்ட தலைவி அதற்கான காரணங்களை நுணுகி நுணுகி கண்டறிந்து ஊடியது என்று இதை விளக்கலாம். பிரமாதமான தலைப்பு! இன்றும் 'காதல் விளையாட்டில்' நிலைத்திருக்கும் தருணங்கள் இவை என்று நினைக்கையில் ஆச்சர்யம் மேலிடுகிறது.

புலவி நுணுக்கம்

> பெண்ணியலார் எல்லாரும் கண்ணின் பொதுவுண்பர்
> நண்ணேன் பரத்த நின்மார்பு

எல்லாப் பெண்களும் கண்களால் உண்கிறார்கள் உன் மார்பை. எனவே நான் அதைத் தழுவேன்.

ஊடி இருந்தோமாத் தும்மினார் யாம்தம்மை
நீடுவாழ்க என்பாக்கு அறிந்து

நாங்கள் ஊடலில் இருந்தோமா, அப்போது வேண்டுமென்றே தலைவன் தும்முவது போல் நடித்தான். நான் என்னையறியாது "நீடு வாழ்க" என்று வாழ்த்திவிடுவேன் என்பதால்.

கோட்டுப் பூச்சூடினும் காயும் ஒருத்தியைக்
காட்டிய சூடினீர் என்று.

வேற்று நிலத்தின் வளைந்த பூக்களையுடைய மாலையை நான் இயல்பாகச் சூடினாலும், அந்நிலத்தாளுக்குக் குறிப்பு காட்டத்தானே சூடினீர் என்று சினக்கிறாள்.

யாரினும் காதலம் என்றேனா ஊடினாள்
யாரினும் யாரினும் என்று

யாரினும் உன்னைக் காதலிக்கிறேன் என்றேன். பதறினாள், யாரினும் யாரினும் என்று.

இம்மைப் பிறப்பில் பிரியலம் என்றேனா
கண்நிறை நீர் கொண்டனள்.

இம்மையில் பிரியோம் என்று ஆற்றினேன். எனில், மறுமையில்..? என்று ஊடி அழுதாள்.

உள்ளினேன் என்றேன் மற்றென்மறந்தீர் என்றென்னைப்
புல்லாள் புலத்தக் கனள்.

"உன்னை நினைத்துக்கொண்டேன்" என்று சொன்னேன். அதற்கு மகிழ்ந்து என்னைப் புல்ல வந்தவள், தீடீரென்று "அப்படி யெனில் இடையே மறந்திருந்தீரா ..?" என்று புலக்கிறாள்.

(புல்லுதல் – தழுவுதல்)

வழுத்தினாள் தும்மினேன் ஆக அழித்தழுதாள்
யார்உள்ளித் தும்மினீர் என்று

நான் தும்மினேன். அதற்கு அவள் இயற்கையாக வாழ்த்தினாள் பிறகு அதை விடுத்து "யார் நினைக்கத் தும்மினீர்" எனக் கேட்டு அழுதாள்.

தும்முச் செறுப்ப அழுதாள் நுமர்உள்ளல்
எம்மை மறைத்திரோ என்று.

தும்மினால், யார் நினைத்தார்? எனக் கேட்டு சண்டையிடுவாள் என்றஞ்சி தும்மலை அடக்கினேன். பிற பெண்டிர் உன்னை

நினைப்பதை மறைக்கத்தான் இப்படித் தும்மலை அடக்குனீரா? என்கிறாள்.

தன்னை உணர்த்தினும் காயும் பிறர்க்குநீர்
இந்நீரர் ஆகுதிர் என்று

வேறு வழியின்றி "தானே தவறுடையோன் ..." என்று பணிந்திரங்கி ஆற்றினாலும், "பிற பெண்டிர் ஊடும் போதும் இவ்வாறுதான் ஆற்றுவாயோ?" என்கிறாள்.

நினைத்திருந்து நோக்கினும் காயும் அனைத்துநீர்
யார்உள்ளி நோக்கினீர் என்று.

எது பேசினாலும் ஊடுகிறாளே என்று எதுவும் பேசாமல் வெறுமனே அவளைப் பார்த்துக்கொண்டிருந்தேன். எந்தப் பெண்ணொடு ஒப்பு நோக்கி என்னை இப்படிப் பார்க்கிறீர்? என்கிறாள் ஊடி.

காப்பியம்

'சீவகசிந்தாமணி'யை பள்ளியிலும், பல்கலைக் கழகத்திலும் கொஞ்சம் வாசித்திருக்கிறேன். வளையாபதியும், குண்டலகேசியும் முழுமையாகக் கிடைக்கவில்லை என்று சொல்கிறார்கள். இரண்டையும் சேர்த்து ஒரு நூலாக நூலகத்தில் பார்த்திருக்கிறேன். உரையுடன் 75 பக்கங்கள் வரும். ஆனால் அவற்றை வாசித்ததில்லை. எனவே இங்கு 'இரட்டைக் காப்பியங்கள்' என்று போற்றப்படும் சிலப்பதிகாரம், மணிமேகலை ஆகியவை மட்டும் கணக்கில் கொள்ளப்பட்டிருக்கின்றன.

சிலப்பதிகாரத்தில் வருகிற ஒரு திருடனும், மணிமேகலையில் இடம்பெற்றிருக்கும் ஒரு குடிகாரனும் கொஞ்சமாக சுவாரஸ்யத்தை அழைத்துக்கொண்டு வருகிறார்கள். யோக்கியர்கள் சுவாரஸ்யமற்றவர்கள் போலும்! அதிலும் மணிமேகலையில் வரும் குடிகாரன் "களிமகன்" என்ற பெயராலேயே அழைக்கப்பட்டிருக்கிறான். அதாவது "களிப்பு முற்றியவன்." பொருத்தமான பெயர் தானே?

சிலப்பதிகாரத்தில் மதுரைக் காண்டம்... கொலைக்களக் காதை... கள்வனைக் கொன்று சிலம்பினைக் கொணர்க என்று பாண்டியன் காவலர்களுக்கு ஆணையிட்டுவிடுகிறான். கோவலனைக் கண்ணுற்ற காவலர்களோ "இவன் கள்வனைப் போல தோன்றவில்லையே?" என்று சந்தேகிக்கின்றனர்.

இலக்கண முறைமையின் இருந்தோன், ஈங்கு, இவன்
கொலைப்படு மகன் அலன்

என்று கூற...

இதைக் கேட்ட பொற்கொல்லன் அவர்களை எள்ளி நகைத்து கள்வரின் இயல்புகளாகச் சிலவற்றை எடுத்துச் சொல்லி அக்காவலர்களைக் கொலைக்குத் தூண்டுகிறான்.

மந்திரம், தெய்வம், மருந்தே, நிமித்தம்,
தந்திரம், இடனே, காலம், கருவி என்று
எட்டுடன் அன்றே – இழுக்கு உடை மரபின்
கட்டு உண் மாக்கள் துணை எனத் திரிவது?
மருந்தில் பட்டீர் ஆயின் யாவரும்
பெரும் பெயர் மன்னனின் பெரு நவைப்பட்டீர்;

"கள்வர்கள் மந்திரம் முதலான மேற்சொன்ன எட்டுக் காரணிகளையும் துணையாகக் கொண்டு களவாடித் திரிவர். இக்கள்வனின் மருந்தில் மயங்கி நீங்கள் இவனைக் கொல்லாது விட்டுவிட்டீராயின் மன்னனின் தண்டனைக்கு ஆளாவது நிச்சயம்..." மேலும் அந்த எட்டுத்துணைகளையும் சுவைபட விளக்குகிறான்.

மந்திரம் நாவிடை வழுத்துவர் ஆயின்
இந்திர – குமரரின் யாம் காண்குவமோ?

கள்வர்கள், தான் கற்றுள்ள ஒரு 'மந்திரத்தை' உச்சரிப்பார்களாயின் தேவர்களைப் போன்று நம் கண்களுக்குப் புலப்படாது மறைந்து விடுவர்.

தெய்வத் தோற்றம் தெளிகுவர் ஆயின்,
கைஅகத்து உறுபொருள் காட்டியும் பெயர்குவர்

தான் வழிபடும் 'தெய்வத்தின்' வடிவை மனத்தில் நினைப்பா ராயின், கையில் உள்ள பொருளை நமக்கு காட்டியபடியேகூடத் தப்பிவிடுவர்.

மருந்தின் நம்கண் மயக்குவர் ஆயின்
இருந்தோம் பெயரும் இடனும் – மார் உண்டோ?

'மருந்தினால்' நம்மை மயக்குவாராயின், நம்மால் இருக்கும் இடத்தைவிட்டு நகரக்கூட இயலாது.

நிமித்தம் வாய்த்திடின் அல்லது, யாவதும்
புகற்கிலர், அரும்பொருள் வந்து கைப்புகுதினும்

'நன்நிமித்தம்' வாய்க்காவிட்டால் கிடைத்தற்கரிய பொருள் வலிய வந்து கை சேர்ந்தாலும் அதனை ஏற்கமாட்டார்கள்.

> தந்திர – கரணம் எண்ணுவர் ஆயின்
> இந்திர மார்பத்து ஆரமும் எய்துவர்

'தந்திரகரணம்' என்னும் களவுநூலில் சொல்லப்பட்டிருக்கிற விஷயங்களை ஆராய்ந்து அதன்படி செயல்படுவாராயின், இந்திரனின் மார்பில் இருக்கிற ஆரத்தையும் களவாடிவிடுவர்.

> இவ்விடம் இப்பொருள் கோடற்கு இடன் எனின்,
> அவ்விடத்து அவரை யார் காண்கிற்பார்?

இவ்விடம்தான் இப்பொருளை திருட ஏற்றது என்று துணிந்து இறங்கினால் அவ்விடத்தில் யாராலும் அவர்களைக் காண இயலாது.

> காலம் கருதி அவர் பொருள் கையுறின்,
> மேலோர் ஆயினும் விலக்கலும் உண்டோ?

இக்காலம்தான் இப்பொருளை களவாட ஏற்றது என்கிற முடிவுடன் திருடினால், தேவர்களால்கூட அதைத் தடுக்க இயலாது.

> கருவி கொண்டு அவர் அரும்பொருள் கையுறின்
> இருநில மருங்கின் யார் காண்கிற்பார்?

கருவிகளைப் பயன்படுத்தி அவர்கள் திருடத் துவங்கினால் இப்பெரிய உலகில் அவரைக் கண்டுபிடிக்க வல்லார் எவரும் இல்லை.

> இரவே பகலே என்று இரண்டு இல்லை;
> கரவு இடம் கேட்பின், ஓர் புகலிடம் இல்லை.

திருட ஏற்றது இரவா? பகலா? என்கிற வேறுபாடு இல்லை. எந்நேரமாயினும் காரியம் முடிப்பர். அவரிடமிருந்து தப்பியொளிய ஓர் இடம் உண்டா என்றால், அது இல்லவே இல்லை.

இவ்வாறு கள்வர்களின் தந்திரங்களைப் பற்றிக் காவலர் களிடம் கூறும் கொல்லன், ஒரு திருடனைப் பற்றிய மாயாஜாலக் கதை ஒன்றையும் அவர்களுக்குச் சொல்கிறான்.

> தூதர் கோலத்து வாயிலின் இருந்து
> மாதர் கோலத்து வல் இருள் புக்கு
> விளக்கு நிழலில் துளக்கிலன் சென்று, ஆங்கு
> இளங்கோ வேந்தன் துளங்கு ஒளி ஆரம்
> வெயில் இடு வயிரத்து, மின்னின் வாங்க,
> துயில்கண் விழித்தோன் தோளில் காணான்
> உடைவாள் உருவ, உறை கை வாங்கி,
> எறிதொறும் செறித்த இயல்பிற்கு அரற்றான்
> மல்லின் காண, மணித்தூண் காட்டி,

கல்வியின் பெயர்ந்த கள்வன் தன்னைக்
கண்டோர் உளர் எனின் காட்டும்
....

(கல்வியின் பெயர்ந்த – தான் கற்ற களவு நூல் பயிற்சியினால் தப்பித்த)

முன்னொரு நாள் கள்வன் ஒருவன் பகலில் தூதுவன் வேடத்தில் அரசனது வாயிலில் தங்கி இருந்துவிட்டு, இரவானதும் பெண் வேடம் புனைந்து, விளக்கின் நிழலிலே பள்ளியறைக்குள் புகுந்தான். அங்கு தூங்கிக்கொண்டிருந்த இளவரசனின் மார்பில் வெய்யில் போல ஜொலித்துக்கொண்டிருந்த வைரமாலையை, அம்மாலையின் ஒளியையே துணையாகக் கொண்டு பறித்து விட்டான். தூக்கத்திலிருந்து விழித்துக்கொண்ட இளவரசன் தன் உடைவாளை உருவி வீசினான். திருடனோ அவ்வாளின் உறையை மட்டும் பறித்துக்கொண்டான். இளவரசன் வாள் வீசும்போதெல்லாம் அவ்வாளை தன்னிடமிருக்கும் உறைக்குள்ளே திணிக்குமாறு செய்து லாவகமாகத் தப்பித்துக்கொண்டிருந்தான். எனவே அரசன் மற்போரில் இறங்கினான். கள்வனோ அங்கிருந்த தூண் ஒன்றை, தானென்று மயங்குமாறு காட்டிவிட்டு, அங்கிருந்து தப்பிவிட்டான். இதுவரையில் யாராலும் அக்கள்வனைக் காண முடிந்ததில்லை. அப்படிக் கண்ட யாராவது இருந்தால் எனக்குக் காட்டுங்கள்.

மணிமேகலையில் மலர்வனம் புக்க காதை . . . மணிமேகலையும், சுதமதியும் மலர்வனம் நோக்கிப் போகையில் காணும் காட்சிகளாகச் சிலவற்றைச் சொல்கிறார் சாத்தனார். அக்காட்சி ஒன்றில் வருகிறான் களிமகனான ஒரு குடிமகன். தன் எதிர்ப்படும் சமணமுனிவர் ஒருவரைப் பார்த்து பேசத் துவங்குகிறான் . . .

வந்தீர் அடிகள்! நும் மலரடி தொழுதேன்
எம் தம் அடிகள்! எம் உரை கேண்மோ
அழுக்குடை யாக்கையில் புகுந்த நும் உயிர்
புழுக்கறைப் பட்டோர் போன்று உளம் வருந்தாது
இம்மையும் மறுமையும் இறுதி இல் இன்பமும்
தன்வயின் தரூஉம் என் தலைமகன் உரைத்தது
கொலையும் உண்டோ கொழுமடல் தெங்கின்
விளை பூந்தேறலில் மெய்த் தவத்தீரே!
உண்டு தெளிந்து இவ்யோகத்து உறு பயன்
கண்டால் எம்மையும் கையுதிக் கொணம் என.........
....

வருக அடிகள்! உம் மலரடி தொழுதேன்! என் உரை கேளும்! நும் அழுக்கு உடம்பில் சிக்கியிருக்கும் உயிரானது, புழுக்கமான

அறையில் சிக்கிக்கொண்ட ஒருவரைப் போல உள்ளம் வருந்தாதோ? இம்மை இன்பத்தையும், மறுமை இன்பத்தையும் தன்னில் விளையும் மதுவில் தந்துவிடுகிறது இத்தென்னை. மேலும் இதில் கொலை பாவமும் ஏதுமில்லை? எனவே...

"வா சாமீ... இரண்டு பெக்க போடலாம்..." என்று அழைக்கிறான் களிமகன்.

குடித்துப் பாருங்கள். பிறகும் உமது தவநெறி இப்போதையைக் காட்டிலும் பயனுடையது என்று கருதுவீர்களானால் மதுவோடு சேர்த்து என்னையும் விலக்கிவிடுங்கள் என்கிறான்.

இரண்டு காப்பியங்களுக்கும் சேர்த்து இப்புத்தகம் 'விளையாட்டு' என்று வரையறுத்துக்கொண்டவற்றுள் அடங்குவது இந்த இரண்டு இடங்கள் மட்டும்தான்.

பக்தி இலக்கியம்

தொல்காப்பியம் சொல்லும் எண்வகை மெய்ப்பாடுகளுள் 'நகை' முதலில் வைத்துச் சொல்லப்பட்டிருந்தாலும் நமது சங்கப்பாடல்களில் 'நகைச்சுவை' அரிதினும் அரிதே என்பதைப் பார்த்தோம். வேறு விளையாட்டுக்கள் உண்டெனினும் அதுவும் அளவில் குறைவுதான் என்பதைக் கண்டோம். நீதிநூல்களுக்கும் காப்பியங்களுக்கும் கூட இதேதான் கதி.

பக்தி இலக்கியங்களில் தேடினால் 'விளையாட்டுப் போல' கொஞ்சம் அகப்படுகிறது. இவை இறைவனை பழிப்பதில்லை. ஆனால் பழிப்பது போல பாவனை செய்கின்றன.

மாயன் என் நெஞ்சினுள்ளான் மற்றும் எவர்க்கும் அஃதே
காயமும் சீவனும் தானே காலும் எரியும் அவனே
சேயன் அணியன் எவர்க்கும் சிந்தைக்கும் கோசரமல்லன்
தூயன் துயக்கன் மயக்கன் என்னுடைத் தோளிணையானே.
(2992)

(கோசரமல்லன் – பொறியுணர்வால் அறிய முடியதாவன், துயக்கம் – சோர்வு, துயக்கன் – அறியமுடியாமையின் சோர்வைத் தருபவன்)

என்று தொழுது வணங்குகிறார் நம்மாழ்வார்.

மலமுடை யூத்தையில் தோன்றிற்றோர் மலவூத்தையை
மலமுடை யூத்தையின் பேரிட்டால் மறுமைக்கில்லை
குலமுடைக் கோவிந்தா! கோவிந்தா! என்றழைத்தக்கால்
நலமுடை நாரணன் தம்மன்னை நரகம்புகாள்.
(385)

(அதாவது, மலமுடைய ஊத்தைக் குழி வழியே வந்து பிறந்த குழந்தைக்கு இன்னொரு ஊத்தைக்குழியில்

இருந்து வந்த அற்ப மானிடர்களின் நாமத்தை சூட்டக்கூடாதாம். கோவிந்த நாமம்தான் உகந்ததாம். இல்லையேல் நற்கதிக்கு வழியில்லையாம்.)

நெய்க்குடத்தைப் பற்றி ஏறும் எறும்புகள் போல் நிரந்து எங்கும்
கைக்கொண்டு நிற்கின்ற நோய்காள்! காலம் பெற உய்யப் போமின்
மெய்க்கொண்டு வந்து புகுந்து வேதப்பிரானார் கிடந்தார்
மைக்கொண்ட பாம்பணை யோடும் பண்டன்று பட்டினம் காப்பே

(443)

நெய்குடத்தைப் பற்றி ஏறும் எறும்புகள் போல் உடலெங்கும் நிறைந்து பரவியேறும் நோய்களே! விரைவாகத் தப்பிச் சென்றுவிடுங்கள். ஏனெனில், வேதப்பிரான் ஆதிசேடனாகிய பாம்பணையோடு என் உடலில் புகுந்திருக்கிறார்.

(பண்டன்று பட்டினம் காப்பே – என் உடல் முன்பு போல அல்ல இப்போது காவல் செய்ய ஆள் இருக்கிறது. பட்டினம் – இங்கு உடல்)

என்று அச்சுறுத்தவும் ஆற்றுவிக்கவும் செய்கிறார் பெரியாழ்வார்.

இது குலகேசராழ்வார்...

வாளால் அறுத்துச் சுடினும் மருத்துவன் பால்
மாளாக் காதல் நோயாளன் போல் மாயத்தால்
மீளாத் துயர்தரினும் விற்றுவக் கோட்டம்மா! நீ
ஆளா உனதருளே பார்ப்பன் அடியேனே! **(691)**

இந்த உக்கிரக்காதல் ஆண்டாளுடையது...

உள்ளே உருகி நைவேனை உளளோ இலளோ என்னாத
கொள்ளை கொள்ளிக் குறும்பனைக் கோவர்த்தனனைக் கண்டக்கால்
கொள்ளும் பயன் ஒன்றில்லாத கொங்கை தன்னைக் கிழங்கோடும்
அள்ளிப் பறித்திட்டு அவன் மார்வில் எறிந்து என் அழலை தீர்வேனே.

(634)

(உளளோ இலளோ என்னாத – உள்ளாளோ செத்தாளோ என்றெண்ணாத)

இப்படிக் காதலாகிக் கசிந்து, கன்ன நீர் வழியவிட்டு, கைதொழுதேத்தும் ஒரு மரபு "குரக்கரசு" என்று விளிக்கவும் செய்கிறது. "ஓங்கி உலகளந்த உத்தமன்" என்று பாடிய அதே வாயால் "குரக்கர சாவதறிந்தோம்" என்கிறாள் ஆண்டாள். அதாவது பெண்கள் பொய்கையில் குளிக்கையில் அவர் தம் உடைகளைக் கவர்ந்து போய் 'குரங்கு போல்' மரத்திலேறிக் கொள்பவனாம். இது போலவே அவன் காலிகள் மேய்த்தலைந்தது, வெண்ணெய் திருடி கண்ணிநுன் சிறுதாம்பால் கட்டுண்டது

போன்றவையும் "பழித்தல் பாவனையில்" பேசப்படுகின்றன. ஆனால் இவை பாவனைகள் மட்டும்தான். கேலி போல் துவங்கி போற்றியில் முடிகின்றன சில பாடல்கள்.

> கற்றினம் மேய்க்கவும் மேய்க்கப் பெற்றான்
> காடுவாழ் சாதியும் ஆகப் பெற்றான்
> பற்றி உரலிடை ஆப்புமுண்டான் . . .   (624)

இப்படியெல்லாம் அவனை ஏசுவீர்களோ பாவிகாள்! என்று கேட்கிறாள் ஆண்டாள்.

நம்மாழ்வார் இதை "எத்திறம் உரலினோடு இணைந்திருந்து ஏங்கிய எளிவே" என்று தத்துவமாக்குகிறார். அதாவது "என்னே எளியன்!" என்கிறார். அது அவர் பாடு. நமக்கங்கு வேலை இல்லை.

'கிருஷ்ண லீலைகள்' சுவாரஸ்யமானவைதான். ஆனால் பல சமயங்களில் அவை பாடலுக்குள் ஒரு புராண நிகழ்வைச் சொல்லும் "வெறும் சொல்லாக" பெய்யப்படுகின்றன. சில சமயங்களில் கவிதைகளாகின்றன. சைவத்தின் 'திருவிளையாடல் களுக்கும்' இது பொருந்தும்.

கிருஷ்ணன் லீலை செய்தது போல ஈசனும் திருவிளையாடல்கள் பல புரிந்துள்ளார். கறையுண்ட கண்டன், சுடுகாட்டுப்பித்தன் என்பதாகச் சைவத்திலும் "பழித்தல் பாவனைகள்" உண்டு.

இது 'மாணிக்கவாசகம் . . .'

> தையல் ஓர் பங்கினர் தாபத வேடத்தார்
> ஐயம் புகுவரால் அன்னே என்னும்
> ஐயம் புகுந்தவர் போதலும் என்னுள்ளம்
> நையும் இது என்னே அன்னே என்னும்   (17—9)

(உமையொரு பாகன், சடைமுடி தரித்து தவக்கோலம் பூண்டவர் இப்படிப் பிச்சையேந்தி வருவதென்னே தோழி!

அப்படியவர் பிச்சையேந்தி வந்தபோதும் என்னுள்ளம் அவர் பாலே நைவதும்தான் என்னே தோழி!)

> காடுடைய சுடலைப் பொடி பூசி
> என் உள்ளங்கவர் கள்வன்   (2.2.1)
>
>   (ஞானசம்பந்தர்)

> உறவு பேய்க்கணம்; உண்பது வெண்தலை
> உறைவது ஈமம்: உடலில் ஓர் பெண்கொடி
> துறைகள் ஆர் கடல் தோணிபுரத்து உறை
> இறைவனார்க்கு இவள் என் கண்டு அன்பு ஆவதே"   (5.45.8)
>
>   (திருநாவுக்கரசர்)

(உறவோ பேய்க்கூட்டங்கள். உண்பதோ வெண்தலைக் கபாலத்தில். உறைவதோ சுடுகாட்டில். உடலில் பாதியாக வேறு ஒரு பெண்ணும் உண்டு. இப்படியிருக்க எதைக் கண்டு இவள் ஈசன் மேல் அன்பு ஆனாளோ?)

பேயுருக்கொண்டு தலையால் நடந்து கைலாயம் அடைந்தவர் என்று மிரட்சியுடன் குறிக்கப்படும் காரைக்கால் அம்மையாரை ஒரு விளையாட்டுப் பெண்ணாக காட்டுபவை அவரின் சில பாடல்கள் . . .

நீ உலகமெல்லாம் இரப்பினும் நின்னுடைய
தீய அரவொழியச் செல், கண்டாய் – தூய
மடவரலார் வந்து பலியிடார் அஞ்சி
விட அரவு மேலாட மிக்கு. **(57)**

(அற்புதத் திருவந்தாதி)

இப்படி பாம்பைக் கழுத்தில் சுற்றிக்கொண்டு போனால் எந்தப் பெண்ணாவது துனிந்து வந்து பிச்சை அளிப்பாளா என்று கேட்கிறார்?

கூறு எமக்கு எந்தாய், குளிர்சடையை மீதழித்திட்டு
ஏற மிகப்பெருகின் என் செய்தி– சீறி
விழித்தூறும் வாள் அரவும் வெண்மதியும் ஈர்த்துத்
தெழித்தோடுங் கங்கைத்திரை. **(90)**

(அற்புதத் திருவந்தாதி)

(விழித்தூறும் வாள் அரவும் – சீறி விழிக்கும் ஒளிபொருந்திய அரவம்)

“உன் சடைமேல் இருக்கிற கங்கை பெருகி வழிந்து தலையில் இருக்கிற நிலவையும், கழுத்தில் கிடக்கிற பாம்பையும் அடித்துக் கொண்டு போய்விட்டால் அய்யனே நீ என் செய்வாய்? அதை எனக்குச் சொல்.”

முன்பு உன் நெருப்பு அம்பு ஒன்றினால் முப்புரங்களையும் வெந்து போகுமாறு அழித்தொழித்த சங்கரனே! நீ உன் தலையில் வைத்திருக்கிற கங்கை எனும் பெண்ணாளை உடம்பில் பாதியாய் இருக்கிற மலைமகள் கண்டுவிட்டாள் என்ன செய்வாய் என் அப்பனே?

இனிவார் சடையினிற் கங்கை என்பாளை அங்கத்திருந்த
கனிவாய் மலைமங்கை காணில் என் செய்தி கையிற் சிலையான்
முனிவார் திரிபுரம் மூன்றும் வெந்தன்று செந்தீயின் மூழ்கத்
தனிவார் கணையொன்றினால் மிகக் கோத்த எஞ் சங்கரனே. **(05**

(திருவிரட்டை மணிமாலை)

'கபாலி' இந்தப் பாடல்களை நிச்சயம் இரசிப்பார். ஏனெனில் இவை நயமான கேலிகள். நயமான கேலியாவது, கேலிசெய்பவரும் கேலிசெய்யப்படுபவரும் சேர்ந்தே இரசிப்பது.

'தூவெண் மதி' சூடியோனைக் காட்டிலும் 'கோணற் பிறையன்' சுவாரஸ்யமானவன். 'தோன்றாப் பெருமையன்' தொழுவதற்குரியவன். அம்மையும் அப்பனும் அற்ற அநாதைப் பயல்தான் நம்மவர்.

எது எப்படியாயினும் "ஆராவமுதன் ஒரு சட்டி வெண்ணெய்க் காய் உரலில் சிக்கித் தவிக்கையிலும்", விண்ணுக்கொரு மருந்து வீதியில் இரந்துண்டு அலைகையிலும் நம் எளியமனம் கொள்ளும் வினோத மகிழ்ச்சியிலிருந்து ஒரு விதமான விளையாட்டு உருவாகி வரவே செய்கிறது.

சிற்றிலக்கியங்கள்

சைவசமய நூல்களின் வைப்பு முறைகளில் அம்மையார் பாடல்கள் பதினோராம் திருமுறையில் இடம்பெறுகின்றன. அதே சமயம் அந்தாதி, மாலை ஆகியவை சிற்றிலக்கிய உறுப்புகள் என்கிற படியால் இவை 'சிற்றிலக்கியம்' என்கிற பகுப்பின் கீழும் வருகிறது. ஆக, நான் உங்களுக்குப் பக்தி இலக்கியத்திலிருந்தும் உதாரணம் சொல்லிவிட்டேன் சிற்றிலக்கியத்திலிருந்தும் உதாரணம் சொல்லி விட்டேன். எப்படியென் மதியூகம்? வேறென்ன செய்ய? தன் 'சிற்றிலக்கியங்கள்' நூலில் சிற்றிலக்கியங்கள் மொத்தம் ஆயிரம் தேறும் என்று சொல்கிறார் நாஞ்சில் நாடன். சுமார் 80 நூல்களை மட்டுமே தான் பார்வையிட்டிருப்பதாகச் சொல்கிறார். சிற்றிலக்கியங்களில் கூட வாய்விட்டு சிரிக்கும் அளவிற்கு நகைச்சுவை இருக்குமா என்பது சந்தேகமே. சிங்கன் – சிங்கி, பள்ளன் – பள்ளி ஆகியோர் பாத்திரங்களாக இடம்பெற்றிருக்கும் போதும், பாட்டுடைத் தலைவனாக இருப்பது கடவுளோ, அரசோதான். குற்றாலக் குறவஞ்சி. முக்கூடற்பள்ளு போன்றவற்றில் கொஞ்சமாக கேலிப்பேச்சுக்கள் உண்டு. சுமார் 80 சிற்றிலக்கியங் களை அறிமுகப்படுத்தும் நாஞ்சிலாரின் நூலில் கூட ரசமான பகுதிகள் உண்டே ஒழிய நகைச்சுவை உணர்ச்சி வெளிப்பட்டிருக்கும் இடங்கள் குறைவே. அந்த நூல்களிலேயே நகைச்சுவை கிடையாதா அல்லது நாஞ்சிலார் எடுத்தியம்பும் பகுதிகளில் அது இல்லாமல் போய்விட்டதா என்று தெரியவில்லை.

‘மேக விடு தூது,’ ‘அன்ன விடு தூது’, ‘நெஞ்சு விடு தூது’ போல ‘புகையிலை விடு தூது’, ‘பணம் விடு தூது’ ஆகியவற்றையும் அறிமுகம் செய்கிறது அவர் புத்தகம். இதுபோன்ற குசும்புகளில் நகை உண்டா என்பது மூலத்தைப் பார்த்தால்தான் தெரியும்.

“வானுறு மதியை அடைந்ததுன் வதனம் / மறிகடல் புகுந்ததுன் கீர்த்தி ...” என்பதாக ஆறுமுக வாத்தியார் பாடும் ராகத்தில் மயங்கித்தான் ‘நந்திக்கலம்பகத்தை’ வாசித்தேன். அதில் பிரமாதமான ஒரு கேலிப்பாடல் உண்டு.

தலைவன் பரத்தையிடம் சென்றுவிட்டு இல்லம் திரும்புகையில், தலைவியின் கோபம் தணிப்பதற்காக பாணனை தூது விடுகிறான். அப்படித் தூது வந்த பாணனை தலைவி கேலி செய்த பாடல்...

ஈட்டுபுகழ் நந்திபாண நீ எங்கையர்தம்
வீட்டிருந்து பாட விடிவளவுங் – காட்டில் வாழும்
பேய் என்றாள் அன்னை பிறர் நரி என்றார் தோழி
நாய் என்றாள் நீ என்றேன் நான்.

“நந்திவர்மனின் பாணா, நீ எம் தங்கையான பரத்தையின் வீட்டில் இருந்தபடி விடிவளவும் பாடிய பாடல்களைக் கேட்டோம். அதைக் கேட்டு காட்டில் வாழும் பேயென்றாள் அன்னை. பிறர் நரி என்றார். தோழி நாய் என்றாள். நீ என்றேன் நான்.”

‘கலிங்கத்துப்பரணியை’ வியப்புச்சுவையும், நகைச்சுவையும் கொண்டது என விளக்குகிறார் வித்வான் பெ. பழனிவேல பிள்ளை.

“அங்ஙனமே பேய்கள் பல் துலக்கி, நீராடிக் கூழட்டு உண்ணும் இயல்பு கூறப்படுவது பெரிதும் வியப்புச்சுவையும் நகைச்சுவையும் பொருந்தி இன்பஞ் செய்கின்றன” என்று எழுதுகிறார்.

வியப்புச்சுவை நூல் முழுக்கவே உண்டு. அதில் மாற்றுக் கருத்தில்லை. நகைச்சுவை என்று உரையாசிரியர் சொல்வது இதில் இடம்பெற்றிருக்கிற பேய்கள் அடிக்கும் கூத்தைத்தான். பேய்களின் உருவம் பற்றிய அதீத அச்சமூட்டும் வர்ணனைகளும், களத்தில் அவை நிணக்கூழடுக்கும் காட்சிகளும் இதில் பேசப்படுகின்றன. இந்த வர்ணனைகளிலும் கூழடுக்குதலிலும் நகைச்சுவையும் விரவி இருப்பதைக் காண்கிறோம். பத்து நூற்றாண்டுகளுக்கு முன்பே பேய்களை இவ்வளவு விரிவாக சித்தரித்திருப்பது ஆச்சர்யமளிக்கத்தான் செய்கிறது. ஆனாலும் இன்று இவை ‘விட்டலாச்சார்யா’ நகைச்சுவைகள்தான். விட்டலாச்சார்யா

படங்களைப் பார்த்தால் யார் யாருக்கு சிரிப்பு வருமோ அவர்கள் இங்கேயும் சிரிக்கலாம். ஜெயங்கொண்டாராவது களத்தில் கிடக்கும் அம்பு, வில், தடி முதலியவற்றை விறகாக்கி பேய்கள் அடுப்பு மூட்டியதாக சொல்கிறார். விட்டலாச்சார்யா பேய்களின் கால்களையே விறகாக்கி அதிசயிக்க வைத்தார். கூடவே சிரிக்கவும் வைத்தார். க. பரணி வாசிப்பில் என் இதழ்கள் லேசாகத்தான் பிரிகின்றன. கண்களே அகல விரிகின்றன.

க. பரணி – பேய்களைப் பாடியது

பாந்தள் நால்வன போலும் உடல் மயிர்
பாசி பட்ட பழந்தொளை மூக்கின
ஆந்தை பாந்தியிருப்ப, துரிஞ்சில் புக்கு
அங்குமிங்கும் உலாவு செவியன.

(பாந்தள் நால்வன போல – பாம்புகள் தொங்குவது போன்ற, துரிஞ்சில் – வெளவால் வகை)

(க. பரணி – களம்பாடியது – நிணக்கூழ் அடுதல்)

பேய்கள் பல் விளக்கி, நகம் திருத்தி, எண்ணெய் முழுகி, அணிகலன் புனைந்து கூழ் சமைக்கத் துவங்குவது முதல், சாப்பிட்டு முடித்து வெற்றிலை பாக்கு போடுவதுவரை விரிவாகச் சொல்லப்பட்டிருக்கிறது. யானைத் தந்தத்தால் பல் துலக்கி அதன் விலா எலும்பால் நாக்கை வழித்துக்கொண்டு, வெண்மூளையை எடுத்து எண்ணெய்யாக தேய்த்துக்கொள்கின்றனவாம்.

பறிந்த மருப்பின் வெண்கோலால்
பல்லை விளக்கிக் கொள்ளீரே
மறிந்த களிற்றின் பழுஎலும்பை
வாங்கி நாக்கை வழியீரே!

(மருப்பு – யானைத் தந்தம், பறிந்த மருப்பு – போர்க்களத்தில் உடைந்து கிடக்கிற தந்தம், மறிந்த – மரித்த, பழுஎலும்பு – விலா எழும்பு)

வாயம்புகளாம் உகிர்கொள்ளி வாங்கி உகிரை வாங்கீரே
பாயும் களிற்றின் மதத்தயிலம் பாயப் பாய வாரீரே!

(உகிர் – நகம், உகிர்கொள்ளி – நகம்களையும் கருவி, வாய் அம்பு – அம்பின் வாய் அதாவது முனை, மதத்தயிலம் – யானையின் மதநீர்)

எண்ணெய்போக வெண்மூளை
என்னுங் களியால் மயிர் குழப்பிப்
பண்ணையாகக் குருதிமடுப்
பாய்ந்து நீந்தி யாடீரே!

பூசிக்கொண்ட மதநீர் எண்ணெய் போகுமாறு வெண்மூளை என்னும் களி மண்ணால் மயிர் குழப்பி கூட்டமாக குருதிமடுவில் குதித்து ஆடீரே!

(பண்ணையாக – கூட்டமாக)

பேய்கள் உண்ணுதல்

மென்குடர் வெள்ளை குதட்டீரே
மெல்விரல் இஞ்சி அதுக்கீரே
முன்கை எலும்பினை மெல்லீரே
மூளையை வாரி விழுங்கீரே

வெற்றிலை பாக்கிடுதல்

பண்ணும் இவுளிச் செவிச்சுருளும்
பரட்டிற் பிளவும்
படுகலிங்கர் கண்ணின் மணியிற் சுண்ணாம்பும்
கலந்து மடித்துத் தின்னீரே!

(இவுளி – குதிரை, பரடு – கால் குளம்பு)

(குதிரைகளின் செவிச்சுருளை வெற்றிலையாக்கி, அதன் குளம்பு துண்டங்களை பாக்காக்கி, களத்தில் இறந்துகிடக்கும் வீரர்களின் கண்ணின் மணியை சுண்ணாம்பாக்கி தின்னுங்கள்.)

‘பிள்ளைத்தமிழ்’ என்பது ஒரு விதத்தில் தூது இலக்கியமும் கூட. இதில் பாடும் புலவன் பாடப்படும் தலைவனிடம் தன் நெஞ்சைத் தூது விடுகிறான். “ஐயா ... பார்த்து ஏதாவது செய்யுங்கள்” என்பதுதான் இதன் துறைவிளக்கம். சிற்றிலக்கியங்களில் காக்காய் பிடிக்க ஏதுவான பிள்ளைத்தமிழ், உலா போன்றவை மட்டும் சமகாலத்திலும் எழுதப்படுவதாகச் சொல்லும். பெருமாள்முருகன், தன் ‘வான்குருவியின் கூடு’ நூலில் ‘சிட்டநாதன் பிள்ளைதமிழ்’ என்கிற நூல் ஒன்றை அறிமுகம் செய்கிறார். புகழ்ந்துரைத்து பாடுவதே பிள்ளைத்தமிழின் பொது இலக்கணம். இது விதிவிலக் காக பழித்துப் பாடிய பிள்ளைத்தமிழாக இருக்கிறது. எனினும் இதன் வரிகளை ரசிக்க இயலவில்லை. இவை கேலி என்பதைத் தாண்டி முற்றிய வன்மத்தின் சொற்களாக இருக்கின்றன.

கம்பர்

நாஞ்சில் நாடனின் 'கம்பனின் அம்பறாத்தூணி' நூல் எங்கு கிடைக்கும் என்று கேட்பதற்காக அவரை அழைத்தேன். தன்னிடமே கிடைக்கும் என்று அவர் அதை அனுப்பி வைத்தார். சில நாட்களுக்கு பிறகு அவரிடமிருந்து ஒரு தொலைபேசி அழைப்பு வந்தது. பழைய புத்தகக் கடை ஒன்றிற்கு சென்றிருந்ததாகவும் அங்கு 'கம்பர் – கவியும், கருத்தும்' என்கிற நூலை வாங்கி வந்ததாகவும் சொன்னார்.

"என்கிட்ட ஏற்கனவே அந்த புக் ஒரு காப்பி இருக்கு . . . அத பார்த்ததும் உங்க நினைப்பு வந்தது . . . அதான் வாங்கிட்டு வந்தேன் . . . முகவரி குடுங்க அனுப்பிவைக்கிறேன் . . ."

சமயங்களில் நாம் அன்பு, அன்பு என்று தொங்கிக்கொண்டிருப்பவர்கள் நம்மை முச்சந்தியில் போட்டு உடைக்க, நாம் ஒரு வணக்கத்தோடு நகர்ந்து விடுபவர்கள் நம்மை மனத்துள் வைத்திருக்கிறார்கள். இத்தருணத்தில் நாஞ்சிலாருக்கு என்னுடைய வணக்கங்கள். இது அவர் எதிர்ப்படுகையில் செய்கிற அந்த 'அரைக்கை' வணக்கமல்ல.

கம்ப இராமாயணத்தின் சுமார் 12,000 பாடல்களிலிருந்து 1008 பாடல்களை மட்டும் எடுத்துத் தொகுத்த நூல் "கம்பர் – கவியும், கருத்தும்." "கோவைக் கம்பன்" என்றழைக்கப் பட்ட கருத்திருமன் அவர்களால் தொகுக்கப்பட்ட நூல் இது. கதைத் தொடர்ச்சியும் அறுபடாமல், முக்கியமான பாடல்களும் விடுபடாமல் தொகுக்க முயன்றிருக்கிறார். இந்த நூலும், கம்பரைப் பற்றிய

நூல்களில் முக்கியமானதாக எனக்குச் சொல்லப்பட்ட சில வழி நூல்களின் துணையுடன் மட்டுமே கம்பன் கவிதை பற்றிய இந்தப் பகுதியை எழுதுகிறேன்.

அ.ச. ஞானசம்பந்தன் அவர்களை முதன்மை பதிப்பாசிரியராகக் கொண்டு 'கோவை கம்பன் அறநிலை' வெளியிட்டுள்ள கம்பராமாயணம் முழுத்தொகுப்பை வாங்கி வீட்டில் பத்திரமாக ஒளித்து வைத்திருக்கிறேன். அதை முழுக்க கரைத்துக் குடிக்கும் முன் நான் இந்தப் புத்தகம் எழுதும் மனநிலையிலிருந்தே வெளியேறிவிடலாம். எனவே அந்த விபரீதத்திற்கு முயலவில்லை. எனினும் இங்கு எடுத்தாளப்படும் பாடல்களை சரிபார்க்க அந்தப் பதிப்பையே பயன்படுத்திக்கொண்டுள்ளேன்.

கம்பரின் கவிமனம் எத்தகையது என்பதற்கு சான்றாக அவரின் சில பாடல்களைப் பார்த்துவிட்டு, பிறகு அதில் விளையாட்டைப் பேசலாம். சுமார் 50 பாடல்களைக் கொடுத்துள்ளேன். சற்று நீளமான அறிமுகம்தான். ஆனால் 12,000 பாடல்களிலிருந்து 50 பாடல்கள் என்பதைக் கருத்தில் கொண்டால் மிகச்சுருக்கமான அறிமுகமே.

1. வாங்க அரும்பாதம் நான்கும்
   வகுத்த வான்மீகி என்பான்
   தீம்கவி, செவிகள் ஆரத்
   தேவரும் பருகச் செய்தான்
   ஆங்கு, அவன் புகழ்ந்த நாட்டை
   அன்பெனும் நறவம் மாந்தி
   மூங்கையான் பேசலுற்றான் என்ன
   யான் மொழியலுற்றேன்.   (32)

பாடலின் ஒரு அடியையும் தனியே உருவி எடுத்துவிட முடியாத சிறப்புடன் வான்மீகி என்னும் தீங்கவி பாடிய கோசல நாட்டை அதன் மேல் இருக்கிற ஆசை மிகுதியால் ஊமை பேசலுற்றது போல் நானும் மொழியலுற்றேன்.

(அன்பெனும் நறவம் மாந்தி – அன்பெனும் கள்ளை அருந்திவிட்டு)

2. தசரதனுடைய கோசல நாட்டின் சிறப்பு . . .

   கல்லாது நிற்பார் பிறர் இன்மையின், கல்வி முற்ற
   வல்லாரும் இல்லை; அவை வல்லர் அல்லாரும் இல்லை
   எல்லாரும் எல்லாப் பெருஞ் செல்வமும் எய்தலாலே
   இல்லாரும் இல்லை; உடையார்களும் இல்லை மாதோ.   (166)

கல்லாதவர்கள் யாருமில்லை என்பதால் அங்கு கல்வியில் வல்லார் என்று தனியே ஒருவருமில்லை. எல்லோரும் எல்லா செல்வமும்

பெற்றிருக்க அங்கு உடையாரென்றும், இல்லாரென்றும் பேதங்கள் இல்லை.

3. இராமன் விசுவாமித்ரனின் தவ வேள்விகளைக் காக்கும் பொருட்டு போர் உடையில் புறப்படுதல்.

வென்றி வாள் புடை விசித்து, மெய்மை போல்
என்றும் தேய்வுறாத் தூணி யாத்து, இரு
குன்று போன்று உயர் தோளில், கொற்ற வில்
ஒன்று தாங்கினான் – உலகம் தாங்கினான். **(333)**

உலகைத் தாங்கும் கடவுளின் அம்சமான இராமன் வெற்றி வாளைத் தன் இடையில் கட்டி, குன்று போல் உயர்ந்த தோளில் வில்லைத் தொங்கவிட்டபடி, சத்தியத்தைப் போல் என்றும் தேயாத அம்பறாத்தூணியை முதுகில் ஏந்திப் புறப்பட்டான்.

“மெய்மை போல் என்றும் தேய்வுறாத் தூணி யாத்து ...” என்கிற வரிக்காகவே இந்தப் பொய்யன் இப்பாடலைத் தேர்வு செய்தேன். ஒன்று தாங்கினான் – உலகம் தாங்கினான் என்கிற முடிப்பும் ருசிமிக்கது.

4. இராமன் தாடகையை வதம் செய்தல் ...

சொல் ஒக்கும் கடிய வேகச்
  சுடுசரம், கரிய செம்மல்
அல் ஒக்கும் நிறத்தினாள் மேல்
  விடுதலும், வயிரக் குன்றக்
கல் ஒக்கும் நெஞ்சில் தங்காது
  அப்புறம் கழன்று, கல்லாப்
புல்லர்க்கு நல்லோர் சொன்ன
  பொருள் என, போயிற்று அன்றே! **(388)**

சுடுசொல்லைப் போன்ற கடுமையான அம்பு ஒன்றை இராமன், இருள் போன்ற நிறத்தையுடைய தாடகையின் மீது செலுத்தினான். அது நல்லோர் சொல்லும் சொல் அற்பர்களின் மனதில் தங்காது வெளியேறிவிடுவது போலே அவள் நெஞ்சில் குத்தி முதுகின் வழியே வெளியேறிப் போனது.

5. அகலிகை சாப விமோசனத்தைக் கண்டு விசுவாமித்திரர் இராமனைப் புகழ்தல் ...

இவ்வண்ணம் நிகழ்ந்த வண்ணம்
  இனி, இந்த உலகுக்கு எல்லாம்
உய்வண்ணம் அன்றி, மற்று ஓர்
  துயர் வண்ணம் உறுவது உண்டோ ?
மைவண்ணத்து அரக்கி போரில்
  மழை வண்ணத்து அண்ணலே! உன்
கைவண்ணம் அங்குக் கண்டேன்;
  கால் வண்ணம் இங்குக் கண்டேன். **(475)**

பாடலுக்குப் பொருள் சொல்ல முனைந்தால் அதன் அழகு குன்றிவிடும். நாலு தடவை ஊன்றி வாசித்தால் தானாக விளங்கி விடும். விளங்காவிட்டாலும் பிழையில்லை. பாடலை வாசிக்கை யில் கிடைக்கிற இன்பமே போதுமானது. வாசிக்க இயலவில்லை பாடத்தான் முடிந்ததெனில் மேலும் சிறப்பு.

(கைவண்ணம் – தாடகை வதம், கால் வண்ணம் – அகலிகை சாப விமோசனம்)

6. இராமன வருகையின்போது மிதிலையின் கொடிகள் அசைதல் ...

மையறு மலரின் நீங்கி,
யான செய மாதவத்தின வந்து,
செய்யவள் இருந்தாள் என்று,
செழுமணிக் கொடிகள் என்னும்
கைகளை நீட்டி, அந்தக்
கடிநகா, கமலச் செங்கண்
ஐயனை, "ஒல்லை வா" என்று
அழைப்பது போன்றது அம்மா! **(564)**

நான் செய்த மாதவத்தின் பெயரால் திருமகளாகிய சீதை செந்தாமரை மலரிலிருந்து நீங்கி என்னிடத்தே வந்து குடிகொண் டிருக்கிறாள். அவளைக் காண விரைந்து வா என்று இராமனை அழைப்பது போல் அசைந்தனவாம் மிதிலை நகர மாடத்துக் கொடிகள்.

(மையறு – குற்றமற்ற)

7. அண்ணலும் நோக்க அவளும் நோக்குதல் ...

மருங்கிலா நங்கையும் வசைஇல் ஐயனும்
ஒருங்கிய இரண்டு உடற்கு உயிர் ஒன்று ஆயினா
கருங்கடல் பள்ளியில் கலவி நீங்கிப் போய
பிரிந்தவா கூடினால் பேசல் வேண்டுமோ. **(601)**

"இல்லையோ" எனும்படியான இடையை உடைய சீதையும், குற்றம் ஏதுமற்ற இராமனும் இரண்டு உடல்களுக்கு ஓர் உயிர் என ஆயினர்.

திருப்பாற்கடலில் கூடியிருந்த இருவரும் மானுடப் பிறப்பெடுத்து நெடுநாள் பிரிந்திருந்து, இப்போதுதான் இணை கிறார்கள். பிரிந்தவர் கூடினால் அங்கு பேச்சிற்கும் இடமுண்டோ?

8. கைகேயி கேட்ட வரங்களுக்கு தசரதனின் அழு பதில் ...

நின்மகன் ஆள்வான்; நீ இனிது
ஆள்வாய்; நிலம் எல்லாம்
உன் வயம் ஆமே; ஆளுதி

தந்தேன்; உரை குன்றேன்
என் மகன், என் கண், என் உயிர்
எல்லா உயிர்கட்கும் நன்மகன்
இந்த நாடிறாவாமை நய, என்றான். (1526)

"நீ கேட்டது போல் நின் மகனே அரசாள்வான்: எனவே நீயே அரசாள்வாய். ஆகவே இந்த பரந்த நிலம் முழுக்க உன் வசமாகும். இப்படி நீ ஆள எல்லாமும் தருகிறேன். சொல் மாறேன். ஆனால் என் மகன், என் கண், என் உயிர், எல்லா உயிர்க்கும் நன்மகன் இராமன் காடேக வேண்டும் என்கிற வரத்தை மட்டும் கேட்காதே."

9. இராமனுடன் காடு செல்லும் லட்சுமணனுக்கு அவன் அன்னை சுமித்திரையின் அறிவுரை...

"பின்னும் பகர்வாள், மகனே இவன் பின் செல், தம்பி
என்னும் படியன்று, அடியாரின் ஏவல் செய்தி!
மன்னும் நகர்கே இவன் வந்திடில் வா! அதன்றேல்
முன்னம் முடி" என்றனள் வார்விழி சோர நின்றாள். (1752)

கண்ணீர் பெருகும் விழியோடு நின்ற சுமித்திரை தன் மகனை நோக்கிச் சொன்னாள்... "மகனே இவன் பின் செல்... தம்பியாக அல்ல. ஒரு ஏவலாளாகச் செல். அவன் இந்நகருக்கு திரும்பினால் நீயும் திரும்பு. அன்றேல் அவனுக்கு முன்பே நீ மடிந்துவிடு."

10. தன்னோடு காடேகி வாராதே என மறுத்த இராமனுக்கு லட்சுமணனின் பதில்...

"நீர் உள எனின் உள மீனும் நீலமும்;
பார் உள எனின் உள யாவும்; பார்ப்புறின்
நார் உள தனு உளாய்! நானும் சீதையும்
ஆர் உளர் எனில் உளம்? அருளுவாய்" என்றான். (1757)

நாண் பூட்டிய வில்லை உடையாய்! இவ்வுலகில் நீர் இருக்குமானால் இயல்பாகவே அதில் மீனும் இருக்கும். நீலோற்பவ மலரும் இருக்கும். பார் இருக்குமானால் அதில் தோன்றிய பலதும் இருக்கும். அது போலே நானும் சீதையும் யார் இருக்க இருக்கிறோம் என்று எண்ணினீர்?

11. தங்களை காட்டில் விட்டுவிட்டு அயோத்தி திரும்பும் சுமந்திரன் எனும் மந்திரியிடம் சீதை கூறுதல்...

அன்னவள் கூறுவாள்; அரசர்க்கு, அத்தையர்க்கு
என்னுடை வணக்கம் முன் இயம்பி, யான் உடைப்
பொன் நிறப் பூவையும் கிளியும் போற்றுக என்று
என்னுடை எங்கையர்க்கு உணர்த்துவாய் என்றாள். (1878)

அரசர்க்கும் அத்தையர்க்கும் என்னுடைய வணக்கங்களை முதலில் தெரிவியுங்கள். பிறகு நான் ஆசையாக வளர்த்து வந்த

கிளியையும் மைனாவையும் பத்திரமாக பார்த்துக்கொள்ளும்படி என் தங்கையரிடம் சொல்லுங்கள்.

இந்தக் கவிதைக்கு அரசர் அத்தையெல்லாம் முக்கிய மில்லை. மைனாவும் கிளியும்தான் முக்கியம். இந்தச் சீதை தெய்வமில்லை... நெருப்பில் குளிக்கும் அமானுஷியுமல்ல... சாதாரண மனுஷி... பேதைப் பெண்...

"பெரியதொரு தீமை ஏற்பட்டிருக்கும் பொழுது அத் தீமையின் ஆழத்தையும் அகலத்தையும் அறிந்துகொள்ள முடியாத இளங் குழந்தைகள் விளையாட்டு முறையில் ஏதேனும் பேசி விடுவதைக் காண்கிறோம்..." என்று இக்கவிதைக் குறித்து தன் 'கம்பன் கலை' நூலில் எழுதிச் செல்கிறார் அ.ச.

12. மேற்கொண்டு செல்லாமல் தன் ஊரிலேயே தங்கும்படி குகன் வேண்டுதல்

தேன் உள; தினை உண்டால்; தேவரும் நுகாதறகாம்
ஊன் உள: துணை நாயேம உயிர் உள; விளையாடக்
கான் உள; புனல் ஆடக் கங்கையும் உளது அன்றோ ?
நான் உளதனையும் நீ இனிதிரு; நட எம்பால். **(1981)**

"தேன் உள. தினை உள. தேவரும் விரும்பத்தக்க உணவுள. துணை நாயேம் உயிர் உள. விளையாடக் கான் உள. புனலாடக் கங்கையும் உளது. நான் உள்ளமட்டும் நீ மகிழ்ந்திரு. நட என்னோடு!"

13. தசரதன் மாண்டது, இராமன் காடு போனது ஆகியவற்றை கைகேயி சொல்லக் கேட்ட பரதன் பதில்...

மாண்டனன் எந்தை, என் தம்முன் மாதவம்
பூண்டனன் நின் கொடும் புணாப்பினால் என்றால்
கீண்டிலென் வாய் அது கேட்டும் நின்ற யான்
ஆண்டனனே அன்றோ அரசை ஆசையால்? **(2172)**

உன் கொடும் சூழ்ச்சியால் எந்தை மாண்டனன். தமையன் காடு போயினன். இதை நீ சொல்லக் கேட்டும் உன் வாயைக் கிழிக்காமல் இருக்கும் நான், ஆசையோடு இவ்வரசை ஆண்டவ னாகவே ஆகிறேன்.

14. விராதன் என்னும் அரக்கன் இராமனைத் துதித்தல்...

தாய் தன்னை அறியாத கன்றில்லை; தன் கன்றை
ஆயும் அறியும்; உலகின் தாய் ஆகின், ஐய
நீ அறிதி எப்பொருளும்; அவை உன்னை நிலை அறியா
மாயை இது என் கொலோ? வாராதே வர வல்லாய்! **(2570)**

தாய் தனை கன்றறியும். தன் கன்றைத் தாயும் அறியும். நீயே உலகின் தாய் என்பதால் நீ அறிவாய் எப்பொருளும். ஆனால் அவை உன்னை அறியா. இது என்ன மாயம்?

"வாராதே வர வல்லாய்" என்கிற விளியை வாராமலேயே வந்ததின் பயன்களை அருள வல்லோன் என்று சொல்லலாம்.

15. இராமண் சூர்ப்பனகையைப் பரிகசித்தல்...

"நிருதர் தம் அருளும் பெற்றேன்!
நின்னலம் பெற்றேன்! நின்னோடு
ஒருவ அருஞ் செல்வத்து யாண்டும்
உறையவும் பெற்றேன்: ஒன்றோ
திருநகர் தீர்ந்த பின்னர்ச்
செய்தவம் பயந்தது" என்னா
வரிசிலை வடித்த தோளான்
வாள் எயிறு இலங்க நக்கான். **(2787)**

அரக்கருடைய அருளும் பெற்றேன். உன் நலத்தையும் பெற்றேன். உன்னோடு எப்போதும் நீங்காமல் இருக்கும் பெருஞ் செல்வத்தையும் பெற்றேன். அயோத்தியை விட்டு நீங்கிய பின் என் தவப்பயனால் நான் பெற்றது இவை மட்டும் தானா? இன்னும் பலவோ? என்று இராமன் பரிகசித்துச் சிரித்தான்.

இந்த பரிகாசச் சிரிப்பில் கொஞ்சம் கழிவிரக்கமும் கலந்திருப்பதை உணரமுடிகிறது.

16. மாயமானைத் துரத்திச் சென்ற இராமனின் அலறல் சத்தம் கேட்டும் பதறாமல் அங்கேயே நிற்கும் இலக்குவணனை நோக்கி, சீதை சீறிச் சொன்னது...

"ஒரு பகல் பழகினார் உயிரை ஈவரால்;
பெருமகன் உலைவுறு பெற்றி கேட்டும், நீ
வெருவலை, நின்றனை; வேறு என்? யான் இனி
எரியிடைக் கடிது வீழ்ந்து இறப்பென் ஈண்டு" எனா. **(3331)**

ஒரு பகல் பழகினாலும் அவ்வன்பிற்காக உயிரையே தருபவர்கள் இங்கு இருக்கிறார்கள். ஆனால் நீயோ உன் அண்ணனின் அலறல் சத்தம் கேட்டும் அவரைத் தேடி ஓடாமல் இங்கேயே நிற்கின்றாய். வேறென்ன? இனி நான் எரிபுகுந்து இறப்பேன்.

'தீக்குளித்தது ஏன்?' என்கிற தலைப்பில் தன் 'கம்பன் கலை' நூலில் அ.ச. ஒரு அத்தியாயம் எழுதியிருக்கிறார். அதில் இப்பாடலில் இடம்பெறும் "வேறு என் . . ." என்கிற இரண்டு வார்த்தைகளை வைத்துக்கொண்டு பிரமாதமாக விவாதிக்கிறார். தமிழறிஞரா? உளவியல் மருத்துவரா? என்று வியக்கும் அளவுக்கு இருக்கிறது அவரது தர்க்கம்.

"வேறு என்" என்கிற வரிக்கு அவர் தரும் விளக்கம்.

"இராமனுக்கு இந்த நேரத்தில் நிகழ்ந்ததை அறிந்தும்கூட நீ நடுக்கமில்லாமல் நிற்கின்றாய் என்றால் உன் எண்ணம் தவறான

வழியில் போகத் தொடங்கிவிட்டது என்று நான் நினைப்பது தவிர வேறு என்ன நினைக்க முடியும்? இதற்கு மேல் இதனை விவரித்துக் கூறத் தேவையில்லை ...”

நானும் இதற்கு மேல் இதை விவரிக்கப் போவதில்லை. இது பற்றிய சீதையின் குற்றவுணர்ச்சி அவளைத் தொடர்ந்து வதைப்பதைச் சில பாடல் வரிகளின் மூலம் விளக்கிவிட்டு, தீ குளிப்பதற்கு சீதை இலக்குவணையே தீ மூட்டச்சொல்லும் பாடலின் மூலம் தன் தர்க்கத்தை உறுதி செய்கிறார் அ.ச.

என்.வி. நாயுடுவும், தன் ‘காப்பிய இமயம்’ நூலில்’ அ.சவின் கருத்தை ஆமோதிப்பது போலவே எழுதுகிறார் ... ‘இளைய பெருமாளை நொந்து, தகாதன சொல்லியதே சீதையின் தீவினை. அதன் விளைவே அவள் பட்ட பாடெல்லாம் எனக் கருத இடமுள்ளது.’

17. கொலையுண்டு கிடக்கும் சடாயுவைக் கண்டு இராமன் புலம்புதல் ...

என் தாரம் பற்றுண்ண ஏன்றாயைச் சான்றோயைக்
கொன்றானும் நின்றான்; கொலையுண்டு நீ கிடந்தாய்;
வன்தாள் சிலைவாங்கி, வாளிக் கடல் சுமந்து
நின்றேனும் நின்றேன், நெடுமரம் போல் நின்றேனே. **(3500)**

என் மனைவியை ஒருவன் அபகரித்துப் போனான். அதை எதிர்த்துப் போராடிய உன்னையும் அவன் கொன்றான். நீங்கள் இப்படிச் சாகக்கிடக்க, இவ்வளவும் செய்துவிட்டு அவன் இன்னும் உயிரோடுதான் இருக்கிறான். அந்தோ! வலிய வில்லும், கடல் போலும் அம்பும் சுமந்துகொண்டு நானும் நிற்கின்றேன், நெடுமரம் போல் நிற்கின்றேன்.

18. கிட்கிந்தா காண்டம். இராமன் செல்லும் வழியில் இருக்கும் பம்பை என்னும் குளத்தில் நிகழ்வதாகச் சொல்வது. தற்குறிப்பேற்ற அணி.

களிப்படா மனத்தவன், காணின் “கற்பெனும்
கிளிப்படா மொழியவள் விழியின் கேள்” எனத்
துளிப்படா நயனங்கள் துளிப்பச் சோரும் என்று
ஒளிப்படா (து) ஆயிடை ஒளிக்கும் மீனது. **(3717)**

இக்குளத்தில் இருக்கும் மீன்கள், இராமன் காணாத வண்ணம் அலைகளுக்குள் ஒளிந்துகொள்கிறதாம். ஏனெனில் மீன்களைக் கண்டால், அவனுக்குச் சீதையின் கண்கள் நினைவில் வந்து வருந்தி அழுவானாம்.

(விழியின் கேள் – மீன்கள் அவள் கண்ணின் குலமாம்)

19. மராமரப் படலம். இராமன் அம்பெய்தபோது உருவான கலக்கம்.

ஏழு வேலையும், உலகமேல் உயர்ந்தன ஏழும்
ஏழு குன்றமும், இருடிகள் எழுவரும், புரவி
ஏழும் மங்கையர் எழுவரும் நடுங்கினர் என்ப;
"ஏழு பெற்றதோ இக்கணைக்கு இலக்கம்" என்று எண்ணி
(3983)

இராமன் அம்பெய்து துளைத்த மரங்களின் எண்ணிக்கை ஏழு என்பதை அறிந்ததும் ஏழு எனும்படியான எண்ணிக்கையில் உள்ள எல்லாமும் கலங்கியதாம்.

ஏழு கடல்களும், ஏழு உலகங்களும், ஏழு மலைகளும், ஏழு முனிவர்களும், சூரியத் தேரில் கட்டப்படும் ஏழு புரவிகளும், சப்த கண்ணியர் எழுவரும் தங்களுக்கும் ஊறு நேருமோ என்று அஞ்சி நடுங்கினராம்.

20. வாலி இராமனை நோக்கிக் கூறியது...

அரக்கர் ஓர் அழிவு செய்து
கழிவரேல், அதற்கு வேறு ஓர்
குரக்கினத்து அரசைக் கொல்ல
மனு நெறி கூறிற்று உண்டோ?
இரக்கம் எங்கு உகுத்தாய்? என்பால்
எப்பிழை கண்டாய் அப்பா?
பரக்கழி இது நீ பூண்டால்
புகழை யார் பரிக்கற் பாலார்? **(4021)**

அரக்கர்கள் ஒரு தீங்கு செய்துவிட்டால் அதற்கு ஒரு குரங்கின் அரசைக் கொல்ல வேண்டும் என்றுதான் உங்கள் மனு நெறி கூறுகிறதா? கருணையின் உருவான நீ அந்த இரக்கத்தை எங்கு உகுத்தாய்? என் மீது எப்பிழை கண்டாய்? நற்குணத்தை அழிக்கும் செயலை நீ செய்துவிட்டாய். இனி இவ்வுலகத்தில் புகழை யார்தான் தாங்கி நிற்பார்?

21. இதுவும் அது...

வீரம் அன்று; விதி அன்று; மெய்மையின்
வாரம் அன்று; நின் மண்ணினுக்கு என் உடல்
பாரம் அன்று; பகையன்று; பண்பு ஒழிந்து
ஈரம் இன்றி இது என் செய்தவாறு அரோ? **(4026)**

22. வானர வீரர்கள் சீதையைத் தேடி தொண்டை நாட்டைக் கடந்து சோழ நாட்டை அடைதல்...

அன்ன தொண்டை நல் நாடு கடந்து, அகல்
பொன்னி நாடு பொருவிலர் எய்தினார்
செந்நெலும், கரும்பும், கமுகும் செறிந்து
இன்னல் செய்யும் நெறி அரிது ஏகுவார். **(4746)**

வீரர்கள் தொண்டை நாட்டைக் கடந்து, காவிரியின் செழிப்பால் செந்நெல்லும், கரும்பும், கமுகும் அடர்ந்து வளர்ந்து, தன் வழியே செல்வோர்க்கு இன்னல் செய்யும் சோழ நாட்டின் பாதைகளில் நடந்தனர்.

செந்நெலும், கரும்பும், கமுகும் செறிந்து
இன்னல் செய்யும் நெறி...

என்கிற வரியை இன்றைய தமிழகத்தோடு ஒப்பு நோக்கி வாசிக்கையில் பெருமூச்செறிகிறது. நீர் பொய்த்து பயிர் கருக, மனமொடிந்து தற்கொலை செய்துகொள்ளும் விவசாயிகள், அவர்களின் பட்டினிப் பேராட்டங்கள், நிர்வாணப் போராட்டங்கள், விளைச்சலை ரோட்டில் கொட்டி நடக்கும் போராட்டங்கள், நிலத்தை மேலும் மலடாக்க செயல்படுத்தப்படும் அரசின் திட்டங்கள், "ஒரு மாநிலம் செழிக்க ஒரு ஊரைப் பலியிடலாம்" என்கிற முத்துதிர்ப்புகள் போன்ற சமகால அரசியல் நிகழ்வுகள் இப்பாடலைப் படிக்கையில் இயல்பாக மேலெழுந்து வருகின்றன.

23. அசோகவனத்தில் சீதை திரிசடையிடம் சொல்லியது...

நலம் துடிக்கின்றதோ? நான் செய் தீவினைச்
சலம் துடித்து இன்னுமும் தருவது உண்மையோ?
பொலம் துடிக்கும் மருங்குலாய்! புருவம் கண்முதல்
வலம் துடிக்கின்றில; வருவது ஓர்கிலேன் (5100)

திரிசடையே! இன்று என் புருவம், கண் முதலியன வலம் துடிக்காமல் இடமாக துடிக்கின்றன. இதனால் என் தீவினை இன்னும் மிகுமோ? அல்லது நல்வினை ஏதும் வருமோ? அறிகிலேன்.

(பொலம்– பொன், பொலம் துடிக்கும் மருங்குலாய் – பொன்னாபரணங்கள் அணிந்தவளே)

24. இராமனின் கணையாழியோடு வந்து தன் துயர் துடைத்த அனுமனைச் சீதை வாழ்த்துதல்!

பாழிய பணைத்தோள் வீர! துணையிலேன், பரிவு தீர்த்த
வாழிய வள்ளலே! யான் மறுஇலா மனத்தேன் என்னின்
ஊழி ஓர் பகலாய் ஓதும் யாண்டெலாம் உலகம் ஏழும்
ஏழும் வீவுற்ற ஞான்றும் இன்று என இருத்தி! என்றாள். (5299)

திரண்ட தோள்களை உடையவனே! துணையற்ற என் துன்பம் தீர்த்த வள்ளலே! நான் களங்கமற்ற மனத்தை உடையவள் என்பது உண்மையானால், ஈரேழு உலகங்களும் அழியும் ஊழிக் காலத்திலும் நீ அழியாது இன்று போல் இருப்பாயாக! என்று வாழ்த்தினாள்.

25. அனுமன் சீதையை தானே மீட்டுக்கொண்டு போவதாக சொன்னதற்குச் சீதையின் மறுமொழி...

அல்லல் மாக்கள் இலங்கையது ஆகுமோ,
எல்லை நீத்த உலகங்கள் யாவும் என்
சொல்லினால் சுடுவேன், அது தூயவன்
வில்லின் ஆற்றற்கு மாசு என்று வீசினேன் **(5362)**

அற்ப மனிதர்களது இந்த இலங்கையை மட்டுமல்ல , எல்லையற்ற உலகங்கள் யாவையும் என் சொல்லினால் சுட்டு வீழ்த்தி விடுவேன். அது என்னவன் வில்லின் ஆற்றலுக்கு குறைவாகிவிடுமே என்றே செய்யாதொழிந்தேன்.

26. அனுமான் அசோகவனத்தில் சீதையைக் கண்டதை இராமனுக்கு உரைத்தல்...

கண்டனென் கற்பினுக்கு அணியைக் கண்களால்
தெண்திரை அலைகடல் இலங்கைத் தொன்னகர்
அண்ட நாயக! இனித் துறத்தி ஐயமும்
பண்டுள துயரும்' என்று அனுமன் பன்னுவான். **(6031)**

கண்டேன் சீதையை கண்களால் ... அலைவீசும் கடல் கொண்ட இலங்கையில். இனி அவளைப் பற்றிய ஐயமும் துயரமும் வேண்டா...

பிரபலமான பாடல். ஒரு பட்டிமன்றத்தில்தான் முதன் முதலாகக் கேட்டேன்...

"சீதையை கண்டேன்" என்று சொல்லவில்லை. "கண்டெனன் கற்பினுக்கு அணியை" என்கிறான். "கண்டெனன்" என்கிற முதற் சொல்லிலேயே இராமனின் நடுக்கத்தைப் போக்கிவிட்டான். சீதையை என்று துவங்கினால் அடுத்து என்னவும் சொல்லலாம் அல்லவா? "காணவில்லை என்றும்" சொல்லலாம். அந்த ஒரு நொடி தாமதத்தில்கூட தன் தலைவன் மனம் நடுக்குறுவதை அனுமன் விரும்பவில்லை. அதாவது கம்பன் விரும்பவில்லை."

என்னால் இதை நம்ப இயலவில்லை. ஆனால் கண்களில் நீர் நிற்கவில்லை.

இப்பாடலின் சொல் அடுக்குகளை விரிவாக விளக்கிச் சிலிர்க்கச் செய்வார்கள் கம்பனடியார்கள்.

"இப்பாடலில் சொற்கள் ஒன்றன்பின் ஒன்றாக அடுக்கிய பொருள் நயத்தை வல்லார்க் கேட்டுணர்க" என்கிறார் கருத்திருமன்.

27. அனுமன் இலங்கையை எரியூட்டிய பிறகு விபீடணன் இராவணனுக்கு அறமுரைத்தல்...

கோநகர் முழுவதும், நினது கொற்றமும்
சானகி எனும் பெயர், உலகின் தம்மனை
ஆனவள் கற்பினால் வெந்தது அல்லது ஓர்
வானரம் சுட்டது என்று உணர்தல் மாட்சியோ? **(6145)**

நம் நகரும், நின் கொற்றமும் ஒரு குரங்கு சுட்டதால் வெந்ததென்றா நினைக்கிறாய்? உலகின் அன்னையாம் சானகியின் கற்பின் பெயரால் வெந்தது என்றறி!

(தம்மனை – தாய்)

28. இரணியன் வதைப் படலம்... "நரசிங்கப் பெருமானை வணங்கி உய்க..." என்ற பிரகலாதனுக்கு இரணியன் மறுமொழி...

கேள் இது! நீயும் காண, கிளர்ந்த கோள் அரியின் கேழ் இல்
தோளொடு தாளும் நீக்கி, நின்னையும் துணித்து, பின் என்
வாளினைத் தொழுவது அல்லால், வணங்குதல் மகளிர்
ஊடல் நாளினும் உளதோ? என்னா, அண்டங்கள் நடுங்க நக்கான்.
(6334)

"இதைக் கேள்! நீ காண, உன் ஹரியின் தோளோடு கால்களையும் துணித்து, பின் உன்னையும் துணித்துவிட்டு, அந்த வாளினை வணங்குவேனே அன்றி, வணங்குதல் என்பது மகளிர் ஊடல் காலத்திலும் எனக்கு வழக்கமில்லை..." என்று சொல்லி அண்டங்கள் நடுங்கச் சிரித்தான்.

அதாவது மகளிர் ஊடல் பொழுதில்கூட நான் அவர்களை வணங்கி சமாதானம் செய்ததில்லை என்கிறான் இரணியன். முன் வரிகளில் வெளிப்படும் கர்ஜனைக்குப் பின் இரு அடிகள் அவ்வளவாக பொருந்திப் போகவில்லை என்பதை உணர்ந்து கொள்கிறார் வ.வே.சு. ஆனாலும் இங்கு கம்பனை விட்டுத் தர மனமில்லை அவருக்கு. இப்பாடலுக்கு சுவாரஸ்யமான அடிக்குறிப்பொன்றை எழுதியிருக்கிறார் அவர்...

வணங்குதல் மகளிர் ஊடல் நாளினும் உளதோ" என்பது காம்பீர்யத்தைத் குறைக்கக் கூடிய பாவமானாலும்கூட, முதற்கண் சொல்லிய மொழிகளின் பெருமை இதற்கும் ஓர் ஒளி தந்துவிடுகிறது...

மகளிர் ஊடல் பொழுதை பெரிதாக்கிக் காட்டியதின் மூலம் அந்த அளவுக்குக்கூட ஹரி பெறுமானமில்லை என்கிற கேலியாகவும் இப்பாடலை வாசிக்கலாம்... "என்னா, அண்டங்கள் நடுங்க நக்கான்..." என்கிற வரி இதற்கு வழி தரவே செய்கிறது.

29. இராவணன் கூற்று... இராமனையும் விபீடணனையும் ஒரு சேர இகழ்தல்...

ஊனவில் இறுத்து, ஓட்டை மாமரத்துள் அம்பு ஓட்டிக்
கூனி சூழ்ச்சியால் அரசிழந்து, உயர்வனம் குறுகி
யான் இழைத்திட இல் இழந்து, இன் உயிர் சுமக்கும்
மானிடன் வலி, நீ அலாது ஆர் உளர் மதிப்பார். **(6179)**

ஓர் ஊன வில்லை ஒடித்து, ஓட்டை மராமரங்களுக்குள் அம்பு செலுத்தி, ஒரு கூனியால் சூழ்ச்சியால் நாடிழந்து காடேகி, என் சூழ்ச்சியால் மனைவியையும் இழந்து, இன்னுயிரைச் சுமந்து வாழும் மானிடனின் வலிமையை அறிஞனாகிய நீயன்றி வேறு யாரறிவார்?

30. இராமன் விபீடணனை தம்பியாக்கல்...

குகனொடும் ஐவர் ஆனேம்
முன்பு; பின் குன்று சூழ்வான்
மகனொடும் அறுவர் ஆனேம்;
எம் உழை அன்பின் வந்த
அகன் அமர் காதல் ஐய!
நின்னொடும் எழுவர் ஆனேம்;
புகல்அரும் கானம் தந்து
புதல்வரால் பொலிந்தான் நுந்தை. **(6507)**

(குன்று சூழ்வான் மகன் – சூரியன் மகன்)

விபீடணனே! என் தந்தைக்கு நாங்கள் நால்வர் பிள்ளைகளாக இருந்தோம். பிறகு குகனொடு ஐவர் ஆனோம். அடுத்து சுக்ரீவனுடன் அறுவரானோம். எம்மிடம் அடைக்கலமாக வந்த உன்னையும் சேர்த்து இப்போது எழுவராகின்றோம். இப்படி எமக்கு கொடுங் கானகத்தை தந்ததின் வழியே புதல்வர்களால் நிறைந்து பொலிகிறான் உன் தந்தை.

“எந்தை” என்று சொல்லாமல் “நுந்தை” என்று சொல்லியது குறித்தும் வியந்து போற்றுவர் அறிஞர். இங்கும் எனக்கு அழுகை வந்தது ... “நீயொரு ஆளு ... ஓயாம அழுதுட்டு ...” என்று சலிக்கக் கூடாது வாசகா ... அழுகை எவ்வளவு அரிதானது! வாய்த்தால் அழுதுவிட வேண்டும்.

31. இலங்கை செல்ல வானர வீரர்கள் சேது சமைத்தல்...

மஞ்சினில் திகழ்தரும் மலையை, மாக்குரங்கு
எஞ்சுறக் கடிது எடுத்து எறியவே, நளன்
விஞ்சையில் தாங்கினான்: சடையன் வெண்ணையில்
தஞ்சம் என்றோர்களைத் தாங்கும் தன்மை போல். **(6682)**

மேகம் தவழும் மலைகளைப் பிடுங்கி வானரர்கள் வீச, நளன் என்னும் வானர வீரனொருவன் தான் கற்ற வித்தையால் அவைகளைத் தனி ஒருவனாகத் தாங்கினான். இது திருவெண்ணை

நல்லூரில் தஞ்சம் என்று வந்தாரை சடையப்ப வள்ளல் தாங்கிப் பிடிப்பதை ஒத்திருந்தது.

32. அனுமன் போர்க்களத்தில் நீக்கமற நிறைதல்...

இம்பரான் எனில் விசும்பினன் ஆகுமோர் இமைப்பில்
தும்பை சூடிய இராவணன் முகந்தொறும் தோன்றும்
வெம்பு வஞ்சகர் விழிதொறும் திரியும் மேல் நின்றான்
அம்பின் முன் செலும், மனத்திறகும் முன் செலும் அனுமன்.
(7247)

(இம்பர் – இவ்வுலகம்)

இவ்வுலகத்தான் என்று எண்ணினால், அடுத்த இமைப் பொழுதில் விசும்பில் இருப்பான். தும்பை சூடிய இராவணனின் பத்து முகங்களின் முன்னும் தோன்றிக்கொண்டே இருப்பான். வஞ்சகர்களின் விழிகளை விட்டு மறையாது நிறைவான். அவன் தோள் மேல் அமர்ந்து அம்பு செலுத்தும் இராமனின் அம்போ விரைந்து பாய்வது. இராமனின் மனமோ அவ்வம்பினும் முந்திப் போவது. அம்மனத்தையும் முந்திச் செல்லும் வலியன் அனுமன்.

33. போரில் தோற்று வரும் இராவணனின் மனோநிலை . . .

வான் நகும், மண்ணும் எல்லாம் நகும்
மணி வயிரத் தோளான்
நான் நகு பகைஞர் எல்லாம்
நகுவர் என்று அதற்கு நாணான்
வேல் நகு நெடும் கண், செவ்வாய
மெல் இயல் மிதிலை வந்த
சானகி நகுவள் என்றே
நாணத்தால சாம்புகின்றான். **(7282)**

வான் நகும். மண் நகும். அவன் பரிகசித்துச் சிரித்த பகைவரெல்லாம் இப்போது அவனைக் கண்டு பரிகசிப்பர். எனினும் இதற்கெல்லாம் இராவணன் நாணவில்லை. வேல்நகும் கண்ணும், செவ்வாயும் கொண்ட சானகி நகுவாளே? அதற்கே நாணி வருந்தினான்.

34. இராமபாணத்தின் சிறப்பை இராவணன் உரைத்தல்...

நல்இயல் கவிஞர் நாவில் பொருள் குறித்து அமர்ந்த நாமச்
சொல் எனச், செய்யுள் கொண்ட தொடை எனத், தொடையை நீங்கி
எல்லையில் சென்றும் தீரா இசை எனப், பழுது இலாத
பல் அலங்காரப் பண்ணே, காகுத்தன் பகழி' மாதோ. **(7293)**

இராமனின் பாணங்கள் நல்இயல் கவிஞர் நாவில் அமரும் பொருள் மிக்க சொற்கள், அச்சொற்கள் தொடுக்கும் தொடை, அதிலிருந்து எழும் எல்லையில்லா இன்பத்து இசை, அச்செய்யுளில் அமைந்திருக்கும் பல்வகை அணிகள் போன்றவற்றை ஒத்திருக்கின்றன.

இப்பாடலுக்கு விரிவுரை என்று கருத்திருமன் ஒரு பத்தி எழுதி இருக்கிறார். அதை அப்படியே தருகிறேன்...

> இங்கு அம்பிற்கு செய்யுள் உவமை கூறியது கூர்ந்து அறியத் தக்கது. கவிஞர் – இராகவனுக்கு, நா – கை வில்லுக்கும், கிளம்பும் சொல் அம்பிற்கும், தொடுக்கும் தொடை – தொடுத்து எய்வதற்கும், அவற்றால் குறிக்கும் பொருள் – இலக்கிற்கும், இவற்றின் மேலாக இனிமை பயப்ப மிக்கொலிக்கும் இசை – அம்பு இலக்கை ஊடுருவி மேலும் சென்று நல்லோரைக் காத்து இனிமை செய்தற்கும், கவிகளின் பலவித அணிகள் – அம்புகள் செய்யும் தொழில்கள் விளையாட்டு போல வேடிக்கை பயப்பதற்கும் உவமையாயின.

35. விபீடணன், இராமன் தனக்குத் தர இருக்கும் ராஜ்யத்தை தான் கும்பகர்ணனுக்கு தந்துவிடுவதாகச் சொல்லி, அவனை இராமனிடம் அடைக்கலமடைய வேண்ட, அதற்கு கும்பகர்ணனின் மறு மொழி...

> நீர்க்கோல வாழ்வை நச்சி நெடிது நாள் வளர்த்துப் பின்னைப்
> போர்க் கோலம் செய்துவிட்டாற்(கு) உயிர்கொடா(து) அங்குப் போகேன்:
> தார்க்கோல மைந்த! என் துயர் தவிர்த்தி ஆயின்
> கார்க்கோல மேனி யானைக் கூடுதி, கடிதின் ஏகி.   (7426)

என்னை நெடுநாள் பாதுகாத்து வளர்த்து, பின் போர்க்கோலம் பூட்டிவித்து போர்க்களம் அனுப்பிவைத்த இராவணனுக்காக உயிரையும் ஈவேனேயன்றி, நீர்க்கோலம் போன்ற நிலையற்ற வாழ்விற்கு ஏங்கி, இராமனை அடைய மாட்டேன். நீ என் துயர் தவிர்க்க விரும்பினால் உடனே சென்று இராமனைச் சேர்ந்துகொள்.

36. கும்பகர்ணன் மேலும் உரைத்தது...

> ஆகுவது ஆகும் காலத்து;
>   அழிவதும் அழிந்து சிந்திப்
> போகுவது; அயலே நின்று
>   போற்றினும் போதல் திண்ணம்;
> சே(கு) அறத் தெளிந்தோர் நின்னில்
>   யார் உளர்? வருத்தம் செய்யாது ஏகுதி;
> எம்மை நோக்கி இரங்கலை; என்றும் உள்ளாய்!   (7437)

ஆக வேண்டியது எதுவோ அது உரிய காலத்தில் ஆகியே தீரும். அழிய வேண்டியது எதுவோ அதுவும் அப்படியே. பக்கத்தில் நின்று பாதுகாத்திருந்தாலும் போவது போயே தீரும். இதை உன்னைவிடத் தெளிந்தோன் வேறு யார்? என்னைக் கண்டு இரங்காமல் விரைந்து செல்!

37. இராவணன் சீதையிடம் தன் வேட்கையைக் கூற அதற்கு சீதையின் மறுமொழி...

ஊண் இலா யாக்கை பேணி,
உயர்புகழ் சூடாது, உன் முன்
நாண் இலாது இருந்தேன் அல்லேன்
நவை அறு குணங்கள் என்னும்
பூண் எலாம் பொறுத்த மேனிப்
புண்ணிய மூர்த்தி தன்னைக்
காணலாம் இன்னும் என்னும்
காதலால் இருந்தேன் கண்டாய்! **(7653)**

கணவனைப் பிரிந்ததும் உயிர் துறந்துவிட்டாள் என்னும் அரும் புகழை அடையாது, உணவின்றித் தளர்ந்த இவ்வுடம்பைப் தாங்கிக்கொண்டு, உன் முன்னே நாணமின்றி இருப்பதாக எண்ணிவிடாதே! குற்றமற்ற குணங்களைப் பூண்ட என் இராமனை இன்னும் காணலாம் என்னும் காதலால் மட்டுமே இருந்தேன்.

38. இந்திரசித்தின் பிரம்மாஸ்திரத்தில் கட்டுண்ட இலக்குவனை எண்ணி இராமன் புலம்புதல்...

பயிலும் காலம் பத்தொடு நாலும் படா கானத்(து)
அயில்கின்றேனுக்(கு), ஆவன நல்கி, அயிலாதாய்!
வெயில் என்(று) உன்னாய் , நின்று
தளர்ந்தாய்! மெலிவு எய்தித்
துயில்கின்றாயோ இன்று ?
இவ்வுரக்கம் துறவாயோ ? **(8648)**

நாம் காட்டில் கழிக்க வேண்டிய 14 ஆண்டுகளும் எனக்கு வேண்டிய உணவைச் சேகரித்துத் தந்துவிட்டு, நீ உண்ணாது வெளியே காவல் நிற்பாய். வெயிலென்று நீ சுணங்கியதில்லை. அப்படி நின்று நின்று தளர்ந்து போனதால்தான் இன்று களைப்பெய்தி உறங்குகிறாயோ? இவ்வுறக்கம் துறந்து எழாயோ?

39. இராமன் இறந்துவிட்டதாக என்ணி அழுத சீதையை திரிசடை தேற்றுதல்...

ஓய்ந்துளன் இராமன் என்னின் உலகம் ஓர் ஏழும் ஏழும்
தீய்ந்துறும்; இரவி பின்னும் திரியுமோ ? தெய்வம் என் ஆம் ?
வீய்ந்துறும் விரிஞ்சன் முன்னா உயிர் எலாம்; வெருவல் அன்னை!
ஆய்ந்து அவை உள்ள போதே அவர் உளர்; அறமும் உண்டால். **(8696)**

உண்மையில் இராமன் இறந்திருப்பானாகில் இந்நேரம் 14 உலகங்களும் அழிந்து போயிருக்குமல்லவா? சூரியன் இப்படிச் சுற்றித் திரிவானா? தெய்வங்கள் என்னதான் ஆகும்? பிரம்மனும்

அவன் படைத்த அத்தனை உயிர்களும் அழிந்துபோயிருக்காதா? அவை உண்டு எனும்போதே, அவரும் உண்டு தானே? அஞ்சாதே அன்னை! அறம் உண்டு நமக்கு.

40. இந்திரஜித் கொல்லப்பட்டதை அறிந்து இராவணனின் ஒவ்வொரு தலையும் வெவ்வேறு சொல்லிப் புலம்புவதாக சொல்கிறார் கம்பன் அதில் சில...

ஐயனே! எனும் ஓர் தலை; யான் இனம்
செய்வெனே அரசு! என்னும் அங்கு ஓர் தலை;
கையனேன் உனைக் காட்டிக் கொடுத்த நான்
உய்வெனே! என்று உரைக்கும் அங்கு ஓர் தலை. **(9339)**

ஐயனே! என்று விளித்து அழும் ஒரு தலை. உன்னை இழந்த பிறகு நான் அரசும் செய்வேனோ என்று அரற்றும் ஒரு தலை. போர்க்களம் அனுப்பி உன்னைக் காட்டிக் கொடுத்த கயவன் நான் உய்வேனோ என்று புலம்பும் ஒரு தலை.

41. இதுவும் அது...

சேல்இயல்கண் இயக்கர் தம் தேவிமார்
மேல் இனித் தவிர்கிற்பார் கொல்? வீர, நின்
கோல விற்குரல் கேட்டுக் குலுங்கித் தம்
தாலியைத் தொடல் என்னும் மற்றோர் தலை. **(9344)**

(இயக்கர் – பதினென் தேவ கணங்களில் ஒரு கூட்டம்)

நீ வில்லெறியும் ஒலியைக் கேட்கும்போதெல்லாம் இயக்கர்களின் மனைவிமார் அஞ்சி நடுங்கி தன் தாலியைத் தொட்டுப் பார்த்துக் கொள்வர். இனி அப்படி செய்ய வேண்டி இருக்காதே? என்றும் புலம்பும் மற்றொரு தலை.

42. மண்டோதரி புலம்பல்...

பஞ்சு எரி உற்றது என்ன அரக்கர் தம் பரவை எல்லாம்
வெஞ்சின மனிதர் கொல்ல விளிந்ததே; மீண்டதில்லை;
அஞ்சினேன் அஞ்சினேன் அச்சீதை என்று அமுதால் செய்த
நஞ்சினால் இலங்கை வேந்தன் நாளை இத்தகையன் அன்றோ?

(9238)

இராமனின் கோபத்தால் அரக்கரின் கடலன்ன படைகள் எல்லாம் பஞ்சு எரியுற்றது போல் எரிந்தடங்கிவிட்டன. இனி மீண்டு வாரா. அமுதால் செய்த நஞ்சாகிய சீதையால் நாளை இலங்கை வேந்தனும் இப்படித்தான் ஆவானோ?

43. இராவணனின் மூலபல சேனையின் தாக்குதலுக்கு அஞ்சி வானர வீரர்கள் ஓடி ஒழிய, வானர சேனைத் தலைவன் சாம்பவான் அங்கதனிடம் சொன்னது...

அனுமன் ஆற்றலும், அரசனது ஆற்றலும், இருவர்
தனுவின் ஆற்றலும் தம் உயிர் தாங்கவும் சாலா;
கனியும் காய்களும் உணவுள: முழை உள சுரக்க;
மனிதர் ஆளின் என்? இராக்கதர் ஆளின் என் வையம்? (9341)

மூலபல சேனையின் வலிமைக்கு முன்னே அனுமனின் ஆற்றலும், சுக்ரீவனின் ஆற்றலும், இராம இலக்குவர்களின் வில்லாற்றலும் தங்களைத் தாங்கள் காத்துக்கொள்ளவே போதவில்லை. எனில் அவர்கள் எங்களைக் காப்பதேது? உண்ண காய்களும் கனிகளும் உண்டு. உறைய குகைகளும் உண்டு. எனவே இந்த உலகத்தை மனிதன் ஆண்டாலென்ன? அரக்கன் ஆண்டாலென்ன?

"இராமன் ஆண்டாலென்ன? இராவணன் ஆண்டாலென்னா?" என்கிற சொலவடை இப்பாடலில் இருந்து கிளைத்தெழுந்ததா எல்லது ஏற்கனவே சமூகத்தில் புழக்கத்தில் இருந்ததா என்பதெனக்குத் தெரியவில்லை.

44. இராவண வதைக்கு இராமன் தேரேறுதல்...

விழுந்துபுரள் தீவினை நிலத்தொடு வெதும்பத்
தொழும் தகைய நல்வினை களிப்பினொடு துள்ள
அழுந்துயரத்து அமரர், அந்தணர், கை முந்துற்று
எழுந்தலை ஏற, இனிது ஏறினான் இராமன். (9703)

தனக்கு வர இருக்கும் துயர் அறிந்து தீவினை நிலத்தில் கிடந்து புலம்ப, அதனால் நல்வினை களிக்கூத்தாட, துயரத்தில் அழுந்திக் கிடக்கும் தேவர்களும் முனிவர்களும் தங்கள் கைகளை தலையில் ஏந்தி வணங்க இராமபிரான் தேரேறினான்.

(முந்துற்று – கைகள் மனத்துக்கு முந்தி தானாகவே மேலேறியதாம்)

45. இராவணன் உயிரிழத்தல்...

முக்கோடி வாழ்நாளும், முயன்றுடைய
பெருந்தவமும் , முதல்வன் முன்னாள்
எக்கோடி யாராலும் வெலப்படாய்
எனக்கொடுத்த வரமும், ஏனைத்
திக்கோடும் உலகனைத்தும் செருக்கடந்த
புயவலியும் தின்று மார்பில்
புக்கோடி உயிர்பருகிப் புறம் போயிற்று
இராகவன் தன் புனித வாளி. (9899)

இராவணனின் முக்கோடி ஆயுளையும், பெருந்தவத்தால் அவன் பெற்ற "முப்பத்து முக்கோடி தேவர்கள் யாராலும் வெல்லப்படாய்..." என்று பிரம்மன் அருளிய வரத்தையும், எட்டுத்திக்கும் உலகெங்குங்கும் சென்று வென்று வந்த தோள் வலியையும் தின்று, அவன் மார்பில் புகுந்து, உயிர்குடித்து வெளியேறிப் போயிற்று இராமனின் அம்பு.

46. இறந்த பின் இராவணனின் முகம் பொலிந்தது ...

வெம்மடங்கல் வெகுண்டனைய சினம் அடங்க
மனம் அடங்க, வினையம் வீயத்
தெம்மடங்கப் பொருதடக்கைச் செயல் அடங்க
மயல் அடங்க, ஆற்றல் தேயத்,
தம்மடங்கு முனிவரையும் தலை அடங்க,
நிலை அடங்கச் சாய்த்த நாளின்
மும்மடங்கு பொலிந்தன, அம்முறை துறந்தான்
உயிர் துறந்த முகங்கள் அம்மா! **(9902)**

கொடுஞ்சிங்கம் வெகுண்டெழுந்தது போன்ற சினம் அடங்கவும், அதனால் மனம் அடங்கவும், வினைகள் வீழவும், பகைவரை தோற்றோடச் செய்த தடக்கையின் செயல் அடங்கவும், சீதையின் மேலான ஆசை அடங்கவும், வலிமை குன்றவும், தம்மை அடக்கியாளும் முனிவரையும் வென்று அவர்கள் நிலை அடங்கவும் செய்த வெற்றித் திருநாட்களைக் காட்டிலும் உயிர் இழந்து கிடக்கும் இப்போதுதான் இராவணனின் பத்து முகங்களும் மும்மடங்கு பொலிந்தன.

இனி முறைதுறக்க வழியில்லை ... தீவினைக்கு வாய்ப் பில்லை ... எனவே மும்மடங்கு பொலிந்தன என்று கொள்ளலாம்.

47. இராவணன் இறந்த பின் மண்டோதரி புலம்பல் ...

வெள்ளெருக்கம் சடைமுடியான் வெற்பு எடுத்த
திருமேனி, மேலும் கீழும்
எள் இருக்கும் இடன்இன்றி, உயிர் இருக்கும்
இடம் நாடி இழைத்தவாறே!
கள் இருக்கும் மலர்க்கூந்தல் சானகியை
மனச்சிறையில் கரந்த காதல்
உள் இருக்கும் எனக்கருதி உடல் புகுந்து
தடவியதோ ஒருவன் வாளி? **(9940)**

சிவனின் கைலாய மலையை கைகளால் எடுத்த உன் திருமேனியில், உயிர் இருக்கும் இடத்தைத் தேடி மேலும் கீழுமாக, எள் இருக்கும் இடமும் மிச்சமின்றி உடல் முழுக்கத் துளைத்தெடுத்துவிட்டதோ இராமனின் அம்பு. நீ சானகியை மனச்சிறையில் ஒளித்த காதல் மீந்திருக்கும் என்றோ உன் உடல் முழுக்கத் தேடியது அவன் அம்பு?

48. இராமன் சீதையை சந்தேகித்துச் சொன்னதற்குச் சீதையின் மறுமொழி ...

பங்கயத்து ஒருவனும், விடையின் பாகனும்
சங்கு கைத் தாங்கிய தரும மூர்த்தியும்
அங்கையின் நெல்லி போல் அனைத்தும் நோக்கினும்
மங்கையர் மன நிலை உணர வல்லரோ? **(10027)**

தாமரையில் இருக்கும் பிரம்மனும், காளை வாகனனான சிவனும், சங்குதாரியான திருமாலும் உள்ளங்கை நெல்லிக்கனி போல அனைத்தும் அறிவர். ஆனால் அவர்களும் ஒரு பெண்ணின் மனத்தை அறிய வல்லரோ?

49. இராமன் குறித்த காலத்தில் வாராததினால் பரதன் தீப்புகப் போக, அதைத் தடுக்க வந்த கோசலையிடம் பரதன் கூறுதல்...

"தாய் சொல் கேட்டலும், தந்தை சொல் கேட்டலும்
பாசத்து அன்பினைப் பற்று அற நீக்கலும்
ஈசற்கே கடன்; யான் அஃது இழைக்கிலேன்
மாசற்றேன் இது காட்டுவேன் மாண்டு" என்றான். **(10187)**

தாய், தந்தையின் பேச்சுக்களைக் கேட்டு அதன்படி ஒழுகலும், அன்பும், பாசமும் நீங்கி பற்றற்றான் ஆவதும் கடவுளின் அவதாரமான இராமனுக்கே கடமை. எனக்கில்லை. நான் சொன்னபடியே தீப்புகுந்து இறப்பேன். அதன் வழியே என் மாசற்ற தன்மையை இவ்வுலகுக்குக் காட்டுவேன்.

50. இராமபிரானுக்கு முடி சூட்டல்...

அரியணை அனுமன் தாங்க, அங்கதன் உடைவாள் ஏந்தப்
பரதன் வெண் குடை கவிக்க, இருவரும் கவரி வீச,
விரைசெறி குழலி ஓங்க, வெண்ணெய் ஊர்ச்சடையன் தங்கள்
மரபுளோர் கொடுக்க வாங்கி, வசிட்டனே புனைந்தான் மௌலி.

உரை சொல்லலும் கிட்டத்தட்ட மொழிபெயர்ப்பின் சிக்கல்களைக் கொண்டதென்றே நினைக்கிறேன். "துணை நாயேம் உயிர் உள" என்கிற "எளிய வரி" எந்த விதத்திலும் அமர மாட்டேன் என்று சொல்லிவிட்டது. கடைசியில் பாடலின் வரியை அப்படியே வைத்தேன்.

நான் வாசித்தவரை கம்பனிலும் அதிக விளையாட்டுகளைக் காண இயலவில்லை. 'இகழ்ச்சிக் குறிப்புகள்' கொஞ்சம் காணக் கிடைக்கின்றன. ஆனால் அவை நகைச்சுவையை அரிதாகவே சென்று தொடுகின்றன. எனவே விளையாட்டு மேல் எழுவதில்லை. கருத்திருமன் தன் புத்தகத்தில் சில பாடல்களை நகைச்சுவை அமைந்தது என்று சொல்கிறார் ஆனால் பெரிதாக என்னால் நகைக்க இயலவில்லை.

சூர்ப்பனகை தன் காதலை ஏற்றுக்கொள்ள வேண்டி பலவாறு மன்றாடும் பாடல் இது...

பொன் உருவப் புனைகழலீ! புழைகாண
மூக்கரிவான் பொருள் வேறு உண்டோ?
இன் உருவம் இது கொண்டிங்கு இருந்தொழியும்
நம்மருங்கே; ஏகாள் அப்பால்;

பின் இவளை அயல் ஒருவர் பாரார்;
என்றே அறிந்தீர்! பிழை செய்தீரோ?
அன்னதனை அறிந்தன்றோ
அன்பு இரட்டிப் பூண்டது நான் அறிவிலேனோ? **(2864)**

தாங்கள் என் மூக்கை அரிந்ததன் காரணத்தை நான் இப்போது தெரிந்துகொண்டேன். மூக்குச் சிதைந்த இவளை வேறு யாரும் பார்க்க மாட்டார்கள். எனவே இவளும் வேறு எங்கேயேயும் போகாமல் நம்மோடே இருந்துவிடுவாள் என்று எண்ணித் தானே இப்படிச் செய்தீர்? இதுகூட அறியாத அறிவிலியா நான்? பிழையல்ல, நன்மையே செய்தீர். இதை அறிந்து என் அன்பு முன்னைவிட இரட்டிப்பாகிவிட்டது.

(புழை – ஓட்டை)

கருத்திருமன் இப்பாடல் "நகைச்சுவை" அமைந்தது என்கிறார். சிரிப்பது உங்கள் இஷ்டம். எனக்கோ காதல் பித்தின் மடமையை என்ணி வருத்தமே மிஞ்சுகிறது. மனம் சூர்ப்பனகையின் பால் பரிவுகொள்கிறது.

இன்னொரு பாடல்...

அனுமன் வாலியைப் பற்றி இராவணனிடம் உரைத்தல்...

அஞ்சலை அரக்க! பார்விட்டு அந்தரம் அடைந்தான் அன்றே;
வெம்சின வாலி மீளான்; வாலும் போய் விளிந்தது அன்றே
அஞ்சன மேனியான் தன் அடுகணை ஒன்றால் மாழ்கித்
துஞ்சினான்; எங்கள் வேந்தன் சூரியன் தோன்றல்! என்றான்.
(5888)

இராமனின் ஒரு கணையால் வாலி இவ்வுலகம் விட்டு வானகம் அடைந்தான். முன்பொருமுறை உன்னைக் கட்டி இழுத்த வாலும் அவனோடே போய்விட்டது. இனி மீண்டு வாரான். ஆகவே அஞ்சாதே அரக்கனே. தற்போது எம் வேந்தன் சூரியன் மைந்தன் சுக்ரீவன்.

இப்பாடலின் உரையிலும் நகைச்சுவை அமைந்தது என்கிற குறிப்பு இருக்கிறது. அதை நானும் நம்பவே செய்கிறேன். வாலி இறந்துவிட்டான் என்பதோடு நில்லாமல், வாலும் இறந்துவிட்டது என்று சொல்வது நுட்பமானதொரு கேலிதான்.

அ.ச தன் 'கம்பன் கலை' நூலில் 'ஒரு பாட்டுடையான்' என்கிற தலைப்பில் ஒரு கட்டுரை வடித்திருக்கிறார். மொத்த கம்பராமாயணத்திலும் தசரதனின் நான்காவது மைந்தனான சத்ருக்கனின் கூற்றாக அமைவது ஒரே ஒரு பாடல்தான் என்பதால் இத் தலைப்பைச் சூட்டியிருக்கிறார். அந்த ஒரே ஒரு பாடலில் நகைச்சுவை உண்டு என்று சொல்கிறார் அ.ச.

கான் ஆள நிலமகளைக் கைவிட்டுப்
போனானைக் காத்து, பின்பு
போனானும் ஒரு தம்பி; போனவன்தான்
வரும் அவதி போயிற்று என்னா,
ஆனாத உயிர்விட என்று அமைவானும்
ஒரு தம்பி; அயலே நாணாது
யானாம் இவ்வரசு ஆள்வென்? என்னே, இவ்
அரசாட்சி! இனிதே அம்மா! **(10,172)**

நாட்டை ஆள்வதை விடுத்து காட்டை ஆளப் போன இராமனைப் பின்தொடர்ந்து அவனுக்கு பணி செய்யப் போனான் ஒரு தம்பி. அப்படிப் போனவன் திரும்புவதாய்ச் சொன்ன காலம் மீறியதும் தன் அரிய உயிரையும் விடத் துணிந்தான் இன்னொரு தம்பி. ஏனைய தம்பிகள் இருவரும் இப்படியிருக்க, நான் மட்டும் இந்த அரசை ஆண்டு இன்புற்றிருப்பனோ? எனில் எவ்வளவு இனிது இவ்வரசாட்சி.

நகை மட்டுமல்ல அச்சம், இளிவரல், மருட்கை எனும் எட்டுச் சுவைகளும் பொருந்திய பாடல் என்று திறம்பட நிறுவுகிறார் அ.ச. மற்ற மெய்ப்பாடுகளோடு ஒத்துப்போக முடிந்த என்னால் நகை என்பதை ஒப்ப இயலவில்லை.

"என்னே இவ் அரசாட்சி! இனிதே அம்மா!" என்கிற வரியில் நகை உள்ளதாகக் காண்கிறார் அ.ச. இந்த 'இகழ்ச்சிக் குறிப்பு' நகையாகவில்லை என்றே எனக்குத் தோன்றுகிறது. இப்பாடலில் நகை உண்டு என்று கொண்டால் கம்பராமாயணத்தின் வேறு சில பாடல்களிலும் இதுபோன்ற இகழ்ச்சிகள் இடம்பெறுகின்றன. அவற்றையும் நாம் நகையில் சேர்க்க வேண்டி வரும்.

பொடியா... அ.ச வோடே தர்க்கிக்கிறாயா?

தனிப்பாடல்கள்

தமிழ்க் கவிதையின் பெருவிளையாட்டுகள் நிகழ்ந்தேறிய இடம் என்று 'தனிப்பாடல்களை' சொல்லலாம். இவை அதுவரையுமான கவிதைகளின் இறுக்கத்தை தளர்த்தியபோதும், கவிதையை 'வெற்றுச்சுவைப் பண்டங்களாக' ஆக்கிவிடவும் பார்த்தன. தனிப்பாடல் திரட்டை பிரமாதமான கவிதைகளின் தொகுதியென்றும் சொற்சிலம்பாட்டத்தின் தொகுதியென்றும் இரண்டாகப் பிரித்துக்கொள்ளலாம். முதல் வகையையே இந்நூல் பொருட்படுத்த விரும்புகிறது. இரண்டாவது வகையினம் சமத்காரமானது. சிலேடை, இரட்டுற மொழிதல் போன்ற இலக்கணங்களை வைத்துக்கொண்டு கிளுகிளுப்பூட்டியவை இதன் பாடல்கள். இவைகளுக்கு இன்று 'கவிதை அந்தஸ்து' கிடையாது. 'காளமேகம்' இவ்விளையாட்டுக்களின் நாயகன். தென்னை – வேசி, வெற்றிலை – வேசி, பூசணிக்காய் – சிவபெருமான், ஓடம் – அல்குல் என்று அவர் போட்ட சிலேடைகள் விபரீதமானவை.

ஓடம் – அல்குல்

பலகையிடுமுள்ளே பருமாணி தைக்கும்
சலம் இறைக்கும் ஆள் ஏறித்தள்ளும் – உலகு அறிய
ஓடமும் ஒன்றே உலகநாதன் பெண்டீர்
மாடமும் ஒன்று என்றே மதி.

'நல்ல குடும்பத்தில்' பிறந்த வளர்ந்த நான் இப்பாடலுக்குப் பொருள் சொல்ல விரும்பவில்லை.

இராசிகளை செய்யுளிள் அமைத்து பாடியது, மாதங்களை செய்யுளில் அமைத்து பாடியது, "செருப்பு" எனத் தொடங்கி "விளக்குமாறு" என்று முடிப்பது போன்ற விளையாட்டுகள் பள்ளி மாணவர்களுக்கு

சுவாரஸ்யமானவை. தீவிர கவிதை வாசகனை இவை அசைப்ப தில்லை.

> பூநக்கி ஆறுகால்: புள்இனத்துக்கு ஒன்பதுகால்:
> ஆனைக்குக் கால் பதினேழானதே – மானே கேள்
> ....
> ....

பூநக்கி என்பது வண்டு. அதற்கு ஆறு கால்கள் தானே? புள்ளினத் துக்கு ஏது ஒன்பது கால் என்றால், 9ஐ 1/4ஆல் பெருக்கினால் கிடைப்பது இரண்டு. எனவே புள்ளினத்துக்கு இரண்டு கால்கள். அதெப்படி 8ஐ 1/4 உடன் பெருக்கினால் தானே இரண்டு வரும்? நான் 10ஆம் வகுப்பு கணக்கு தேர்வில் 39 மதிப்பெண் பெற்று கடைத்தேறியவன். கணக்கின் முகத்திலேயே விழிக்கக் கூடாது என்பதற்காகவே *pure science* படிப்பைத் தேர்ந்தெடுத்தவன். இந்த 'கணக்கிற்கு' விடை காணும்முன் தலை கிறுகிறுத்துவிட்டது. அதாவது இரண்டு கால்கள் இல்லையாம். இரண்டே காலாம். அதாவது இரண்டும் ஒரு காலும். (2 + 1/4). இது போலவே யானை யின் நாலு காலும். (4 + 1/4). உங்களுக்குக் கோபம் வந்தால் அதற்கு நான் பொறுப்பல்ல.

நான் 'விளையாட்டு' என்கிற பதத்தால் விளிப்பது இது போன்ற சொல்லாட்டங்களையல்ல. கவிதையின் ஆன்மாவுள் நிகழும் விளையாட்டைத் தரிசிப்பதே என் ஆசை.

பக்தியிலக்கியங்களைப் போல் நயமான கேலிகளாக இல்லை காளமேகத்தின் கேலிகள். இவை மூர்க்கம் கொண்டவை. சாதாரண மனிதர்களையும் சர்வ வல்லமை பொருந்திய கடவுளர் களையும் ஒரே தட்டில் வைத்து நோக்குபவை. ஒரு தாசிக்கு எத்தொனியோ அத்தொனிதான் தசரதன் மைந்தனுக்கும். நமது இறையியலாளர்கள் 'நிந்தாஸ்துதி' என்கிற ஒரு கோட்பாட்டை முன்வைக்கிறார்கள். அதாவது நிந்தனையில் துதிப்பதாம். காளமேகம் 'நிந்தாஸ்துதி' பாடியவர் என்பதே அவர்கள் தரப்பு. இது குறித்து பெருமாள்முருகன் சொல்லும் ஒரு கருத்து முக்கியமானது . . .

"எப்பேர்பட்டவர்களையும் தன்னுடைய வரம்புக்குள் கொண்டுவந்து நிறுத்திவிடும் சாகச குணமுடையது நம் சமூகம். அதுவும் மீறல்களைத் தன்வயப்படுத்திக்கொள்ளும் தந்திரத்தை திட்டமிட்டே கையாளக்கூடியது. காளமேகத்தின் ஏளனத்திற்கும் கேலிக்கும் அதிகமும் ஆளானவர்கள் மனிதர்கள் அல்லர்; கடவுளர்கள்தான். கடவுள் பற்றிய சிறு அச்சமும் அற்ற மனம் தான் இப்படிப் பாடமுடியும். அவனது இந்த இயல்பை 'நிந்தாஸ்துதி' என்கிற கோட்பாட்டை கொண்டுவந்து நிறுத்தி உள்ளிழுத்துக்கொண்டிருக்கிறது நம் மரபு."

இந்த இடத்தில் எனக்கொரு சந்தேகம். 'நிந்தாஸ்துதி' காளமேகத்திடமிருந்து தப்பிக்கக் கடவுள்களுக்கு உதவியதா? அல்லது அடியார்களிடமிருந்து தப்பிக்க காளமேகத்திற்கு உதவியதா? ஒரு வேளை 15ஆம் நூற்றாண்டு அடியார்கள் நிஜமாலுமே சாதுக்கள் போல? இன்றையச் சூழலில் காளமேகத்தின் நான்கு பாடல்களை ஒரு பொது இடத்தில் வாய்விட்டு வாசிப்போமெனில் ஊர்போய்ச் சேர்வது சிரமம்.

பரமசிவன் இரந்துண்ணும் ஏழையாக இருப்பதால் என்னென்ன நடக்கின்றன என்று பாருங்கள் . . .

தாண்டி ஒருத்தி தலையின் மேல் ஏறாளோ
பூண்ட செருப்பால் ஒருவன் போடானோ – மீண்டொருவன்
வையானோ, வில்முறிய மாட்டானோ தென்புலியூர்
ஐயா, நீ ஏழையானால்.

(முதல் வரியில் உள்ளது கங்கா, இரண்டாவது வரியில் இருப்பது கண்ணப்பன், மூன்றாம் வரி அர்ச்சுனனுக்கானது)

தன் வினை தீர்க்க முடியாதவர் நம் வினை தீர்ப்பாரோ?

வாதக்காலாம் தமக்கு மைத்துனர்க்கு நீரிழிவாம்
பேதப் பெருவயிராம் பிள்ளை தனக்கு – ஓதக்கேள்
வந்தவினை தீர்க்க வகையறியார் வேளூரர்
எந்தவினை தீர்ப்பா ரிவர்.

(அம்பலத்தரசைத் தான் வாதக்கால் நோயாளி ஆக்கிவிட்டார் காளமேகம். வாதக்கால் கண்டவர்களால் தானே ஒழுங்காக ஓரிடத்தில் நிற்க முடியாது. திருமால் பாற்கடலில் நீர்மிசை கிடப்பதால் அவருக்கு நீர் இழிவாம்)

சத்திரங்களில் உண்டுறங்கி நாடோடியாக அலைந்து திரிந்த அவர் ஒரு சத்திரத்தைப் பற்றிப் பாடியது. இது நாகப்பட்டினத்து 'காத்தான்' என்பவனின் சத்திரம் . . .

கத்துகடல் சூழ் நாகைக் காத்தான் தன் சத்திரத்தில்
அத்தமிக்கும் போது அரிசிவரும் – குத்தி
உலையில் இட ஊர் அடங்கும்; ஓர் அகப்பை அன்னம்
இலையில் இட வெள்ளி எழும்.

இது நாகப்பட்டினத்து தாசியை இகழ்ந்தது . . .

வாழ்த்து திருநாகை வாகான தேவடியாள்
பாழ்த்த குரலெடுத்துப் பாடினாள்– நேற்றுக்
கழுதை கெட்ட வண்ணான் கண்டேன் கண்டேன் என்று
பழுதை எடுத்தோடி வந்தான் பார்.

(கழுதை கெட்ட – கழுதையைத் தொலைத்த, பழுதை – கயிறு)

என்னதான் "காளை வாகன"னாக இருந்தாலும், "அக்காளை ஏறினாராம் . . ." என்றெழுதுவாயோ காளமேகா?

காளமேகம் தனிப்பட்ட முறையில் எப்பவும் எனக்கொரு தலையிடி. அவரை கவியென்று ஏற்பதா வேண்டாமா என்கிற குழப்பத்திலிருந்து உருவாவது இந்த தலைநோவு. ஆனால் உறுதியாக 'புரட்சிக்காரன்' என்று ஏற்றுக்கொள்வேன்.

ஒப்பிலா மணிப்புலவரின் இரண்டு பாடல்கள் . . . இரண்டும் தோள்தோய் காதலர் பிரிந்திருக்கும் ராத்திரியின் நீளம் குறித்து சினந்து உரைக்கும் தலைவியின் கூற்றுக்கள். தாளாவொண்ணா பிரிவுத்துயர்தான் ஆனாலும் அதை வெளிப்படுத்தி இருக்கும் விதத்தில் ஒரு 'துடுக்குத்தனம்' உள்ளது. இரவி வந்து தொலைய மாட்டேன் என்கிறான். இராத்திரி விடிந்து தொலைய மாட்டேன் என்கிறது . . .

ஆழிவாய்ச் சத்தம் அடங்காதோ? யான் வளர்த்த
கோழி வாய் மணகூறு கொண்டதோ– ஊழி
திரண்டதோ கங்குல் தினகரனும் தேரும்
உருண்டதோ பாதாளத்துள்.

ஆழிவாய் என்கிற அசாதாரணத்தையும் கோழி வாய் என்கிற சாதாரணத்தையும் அருகருகே வைத்திருப்பது எண்ணி எண்ணி இன்புறத்தக்கது.

(ஆழிவாய்ச் சத்தம் அடங்காதோ–கடல் போல் கொந்தளிக்கிற இரவாம், கங்குல் –இரவு, தேர் –சூரியத்தேர்)

அரவங் கரந்ததோ! அச்சுமரம் இற்றுப்
புரவி கயிறுருவிப் போச்சோ! இரவி தான்
செத்தானோ இல்லையோ! தீவினையோ! பாங்கி எனக்கு
எத்தால் விடியும் இரா.

(அரவம் கரந்தது சூரியனை, அச்சுமரம் சூரியத்தேரினுடையது)

முன்பு ஒரு சங்கப்பாடலில் கூவி பொழுதை விடியச்செய்த சேவலை பூனைக்குப் பிடித்துத் தருவதாக மிரட்டிய ஒரு தலைவியைப் பார்த்தோம். இங்கு கூவாததால் தலைவியின் சினத்தில் மடிந்த ஒரு சேவலைப் பார்க்கிறோம். தலைவிகளுக்கும் சேவல்களுக்கும் ஜென்மப்பகை போலும்?

ஊடலை ஆற்றமாட்டாத ஒரு தலைவன் பாடியது . . .

உனக்கின்று யான் செய்த குற்றமொன்று இல்லை
உனைப் பிரிந்தால்
வனக்குன்றிலேறி விழ அறியேன்; வண்மை சேர் மயிலே

எனக்கென்று வட்டமிட்டு அண்ணாந்து விம்மி யிருக்கும் உந்தன்
தனக்குன்றில் ஏறி விழுவேன் நின் அல்குல் தடாகத்திலே

(பலபட்டடைச் சொக்கநாதப் புலவர்)

"உனக்கு நான் செய்த குற்றமொன்றுமில்லை. உனைப் பிரிந்தால் வனக் குன்றிலேறி விழ மாட்டேன். மயிலே! எனக்கென்று அண்ணாந்து விம்மியிருக்கும் உந்தன் தனக்குன்றிலேறி விழுவேன், உன் அல்குல் தடாகத்துள்ளே."

நங்கை ஒருத்தியையும் நாமிருவர் மூவரையும்
பொங்கு அமளி பொறுக்குமோ
சங்கம் குலைய விரால் பாயும் குருநாடர் கோவே
பழையவரால் என்ன பயன்.

(சொக்கநாதப்புலவர்)

படுக்கையில் இருக்கும் தலைவனுக்குப் பரத்தையின் மேல் நினைப்பு போகிறது. இதை அறிந்துகொண்ட தலைவி பாடியது மேற்கண்ட பாடல். நான், நீ, அவள் மூன்று பேரையும் இந்தக் கட்டில் தாங்குமோ? என்று கேட்கிறாள்.

அம்மணி, இப்படியெல்லாம் கணக்குப் பார்த்தால் பூதலத்தில் கால்வாசிக் கட்டில்கள்கூட மிஞ்சாது?

என் உள்ளம் கவர் பாடல் ஒன்று. இப்பாடலின் நிமித்தமே இந்தப் புத்தகம் "மதுர கவிராயருக்கு" சமர்ப்பிக்கப்பட்டிருக்கிறது.

புலவன், காளத்தி என்கிற வள்ளலைக் காணப்போகிறான். அவனைக் கண்ட மாத்திரத்தில் வறுமை அவனை விட்டு ஓடிவிடுமாம். இத்தனை நாளும் உடனிருந்த வறுமையை அப்படி சட்டெனப் பிரியக்கூடுமோ?

நீளத்திரிந்துழன்றாய் நீங்கா நிழல்போல
நாளைக் கிருப்பாயோ நல்குரவே – காளத்தி
நின்றைக்கே சென்றாக்கால் நீயெங்கே நானெங்கே
இன்றைக்கே சற்றே யிரு.

(நல்குரவு – வறுமை)

இதற்குப் பெயர்தான் 'ஏழைக்குசும்பு' போலும்? 'பட்டினிக் கொழுப்பு' போலும்?

மஹாகவி பாரதி

தமிழின் மஹாகவியான பாரதியின் கவிதை களில் நகைச்சுவை வெகு அரிதாகவே தென்படுகிறது. ஆனாலும் அவர் கட்டுரைகளில் அபாரமான கேலிகள் உண்டு. 'ஸங்கீத விசயம்' என்கிற கட்டுரை ஒன்றில் அவர் 'ஹார்மோனியத்தை' பற்றி எழுதி யிருப்பதை வாசித்துவிட்டு வாய்விட்டுச் சிரித்தேன். சிரிப்பை அடக்க முடியாமல் ஸங்கீதக்காரரான நண்பர் ஜானுக்கு அதை போனிலேயே வாசித்துக் காட்டினேன்.

"மேலும் ஸங்கிதத்திலே கொஞ்சமேனும் பழக்கமில்லாதவர்களுக்கெல்லாம் இந்த வாத்தியத் தைக் கண்டதும் 'ஷோக்' பிறந்துவிடுகிறது. சத்தம் உண்டாக்குவதற்கு நல்ல துருத்தியை கைக்கு ஒத்ததாக பின்னே வைத்திருக்கிறது. ஒரு கட்டையை உள்ளே அழுத்தி, முன் பக்கத்துச் சாவிகளை இழுத்துவிட்டு, துருத்தியை அசைத்தால் ஹோ" என்ற சத்தமுண்டாகிறது. (உடனே பாமரனுக்கு) நாமல்லவா இந்த இசையை உண்டாக்கினோம்? என்று நினைத்துக்கொள்கிறான். உடனே வெள்ளைக் கட்டைகளையும் கருப்பு கட்டைகளையும் இரண்டு தட்டுதட்டுகிறான். பேஷான தொனிகள்! மேலான தொனிகள்! பாமரன் பூரித்துப் போகிறான். முதல் நாள், முதல் தடவை தொட்ட மாத்திரத்திலேயே இவ்வளவு கோலாஹலம் உண்டாகிறது... பாமரனின் மனதிலே 'நாம் ஒரு வித்வான்' என்கிற ஞாபகம் உறுதியாகப் படிந்துவிடுகிறது. ராக விஸ்தாரங் களைத் தொடங்கிவிடுகிறான். ஒரு வீட்டில் ஹார்மோனியம் வாசித்தால் பக்கத்திலே ஐம்பது

வீடுகளுக்கு கேட்கிறது. அறியாதவன் தன் அறியாமையை வீட்டிலிருந்தபடியே இரண்டு மூன்று வீதிகளுக்குப் பிரச்சாரம் பண்ண வேண்டுமானால், அதற்கு இந்தக் கருவியை போல் உதவி வேறொன்றுமில்லை.”

பாரதியின் சுயசரிதையாகக் கருதப்படும் ‘சின்னசங்கரன் கதை’ முழுக்க முழுக்க பகடி மொழியால் ஆனது. எட்டயபுர ஜமீனைக் கேலி செய்து எழுதப்பட்டிருக்கும் இந்தப் புத்தகத்தில் கேலி என்பதையும் தாண்டி வசை என்கிற இடத்திற்கே சென்று விடுகிறான் பாரதி. ஜமீனின் சாரீரத்தை “ஜலதோஷம் பிடித்த பன்னிரண்டு குயில்கள் சேர்ந்து சுருதியும் லயமும் ஒன்று படாமல் பாடுவது போல” என்கிறான்.

அவரின் குதிரையேற்றத்தைக் குறிப்பிடுகையில் . . .

“ஜமீந்தார் கடிவாளத்தை ஒரு கையிலும் பிராணனை மற்றொரு கையிலும் பிடித்துக்கொண்டு பவனி வருவார்” என்று எழுதுகிறான். ‘சின்னசங்கரன் கதை’ குறித்து வ.ரா சொன்னது . . .

> சிரித்துச் சிரித்து வயிறு அறுந்து போவது மாதிரி இருக்கும். சிரிப்பினால் குடல் ஏற்றம் ஏற்பட்டுவிடுமோ என்று பலகாலம் பயந்ததுண்டு. படீர், படீர் என்று வெடிக்கும் ஹாஸ்யமும், அந்தக் கதையில் நிறைந்து கிடந்தது. கிண்டல் என்றால் சாதாரணத் தெருக்காட்டுக் கிண்டலா? நமது ஜனங்கள் இப்படியும் வாழத் தகுமோ என்ற துக்கம் தோய்ந்த கிண்டலாகத்தான் நாங்கள் அந்தப் புத்தகத்தில் கண்டோம்.

இப்படிக் கட்டுரைகளில் வெளுத்துக்கட்டும் பாரதி, கவிதைகளில் விறைப்பாக மீசையை முறுக்கிக்கொண்டு திரிவதையே காண்கிறோம். கவிதையில் விளையாட மகாகவியே அஞ்சினானா? எமக்குத் தொழில் கவிதை என்றவனுக்கு தொழிலை விளையாட்டுப் பொருளாக கருத முடியவில்லையா? அவனுடையவை ‘சோதிமிக்க நவகவிதைகள்’ என்பதில் சந்தேகமில்லை. ஆனால் பாரதியின் நவகவிதைகள் “தீவிரத்துடனேயே” பிறந்திருப்பதைக் காண முடிகிறது. அவனுடைய அரிதான நகைச்சுவைகளில் எனக்குப் பிடித்தது ‘கண்ணன் என் சேவகன்’ பாடலின் ஆரம்ப வரிகள். அப்பாடலைப் பற்றி பேசும் பலரும் இடையிலிருந்து துவங்குவதையே கண்டிருக்கிறேன். அதாவது “எங்கிருந்தோ வந்தான் இடைச்சாதி நானென்பான் . . .” என்று. இவ்வரிகளுக்கு முன்னிருக்கும் வரிகளில் நகைச்சுவையுண்டு.

கண்ணன் என் சேவகன்

கூலி மிகக் கேட்பார் கொடுத்ததெலாம் தாம் மறப்பார்;
வேலை மிக வைத்திருந்தால் வீட்டிலே தங்கிடுவார்;
ஏனடா நீ நேற்றைக்கிங்கு விரவில்லை யென்றால்
பானையிலே தேளிருந்து பல்லால் கடித்ததென்பார்;
வீட்டிலே பெண்டாட்டி மேற் பூதம் வந்ததென்பார்;
பாட்டியார் செத்துவிட்ட பண்ணிரண்டாம் நாளென்பார்;
ஓயாமற் பொய்யுரைப்பார்; ஓன்றுரைக்க வேறு செய்வார்;
தாயாதியோடு தனியிடத்தே பேசிடுவார்;
உள்வீட்டுச் செய்தியெலாம் ஊர் அம்பலத்துரைப்பார்;
எள் வீட்டிலில்லை யென்றால் எங்கும் முரசறைவார்;
....
....

குயில்பாட்டில் குயிலி குரங்கிடம் பேசும் காதல் மொழியில் நகை உண்டு.

குரங்கிடம் காதல் பேசுவது

....
மேனி அழகினிலும், விண்டுரைக்கும் வார்த்தையிலும்
கூனி இருக்கும் கொலு நேர்த்தி தன்னிலுமே,
வானரர் தம் சாதிக்கு மாந்தர் நிகர் ஆவரோ ?
ஆன வரையும் அவர் முயன்று பார்த்தாலும்
பட்டுமயிர் மூடப்படாத தமது உடலை
எட்டுடையால் மூடி எதிர் உமக்கு வந்தாலும்
மீசையையும் தாடியையும் விந்தை செய்து , வானரர் தம்
ஆசை முகத்தினைப் போல் ஆக்க முயன்றிடினும்
ஆடிக் குதிக்கும் அழகில் உமை நேர்வதற்கே
கூடிக் குடித்துக் குதித்தாலும், கோபுரத்தில்
ஏறத் தெரியாமல் ஏணிவைத்துச் சென்றாலும்
வேறு எத்தைத் செய்தாலும் வேகமுறப் பாய்வதிலே
வானரர்போல் ஆவரோ ? வாலுக்குப் போவதெங்கே ?
....

'பாரதியாரின் நகைச்சுவையும், நையாண்டியும்' என்கிற ஒரு புத்தகத்தை பெ. தூரன் எழுதியிருக்கிறார். அதில் பாரதியின் எழுத்துக்களில் உள்ள நகைச்சுவைகளைத் தொகுத்துள்ளார். பெரும் தாராளவாதியாக இருக்கிறார் தூரன். அவர் நகைச்சுவை என்று முன்வைக்கும் பல இடங்களில் அப்படி ஏதும் இருப்பது போல எனக்குத் தெரியவில்லை.

"நெல் எப்படி விளைகிறது? என்பதைக் கற்றுக் கொடுக்காமல், அன்மொழித் தொகையாவது யாது? என்று படிப்புச் சொல்லிக் கொடுப்பதை நினைக்கும்போது, கொஞ்சம் சிரிப்புண்டாகிறது"

என்று பாரதி எழுதுகிறார். உடனே அண்டமதிர நகைத்துவிட்டு தூரன் இதை நகைச்சுவையில் சேர்த்துவிடுகிறார். எனக்கு அவ்வளவு பெரிய மனமில்லை.

இப்புத்தகத்தின் முன்னுரை இப்படித் தொடங்குகிறது . . .

"புதுச்சேரியிலே பாரதியார் வாழ்ந்திருந்த நாளிலே 1916ஆம் ஆண்டு நவம்பர் மாதம் 22ஆம் தேதியன்று ஓர் பயங்கரமான புயல் வீசிற்று. பாரதியார் எழுதுவது போல ஊழிக்காற்று: படீல், படீல், படீல். வீடுகள் இடிந்து விழுகின்றன. மரங்கள் சாய்கின்றன. இது மருத்துகளின் களியாட்டம் என்கிறார் நமது கவிஞர். பூமியே நடுங்குவது போல இருந்ததாம். இத்தனை அழிவுக்கு இடையிலும் பாரதியாரின் சிரிப்பும், தமாஷும் குறையவில்லை. 'திக்குகள் எட்டும் சிதறி' என்று தொடங்கும் புகழ்பெற்ற கவிதை உருவாகின்றது . . ."

தூரன் சொல்லும் அந்தக் கவிதையில் 'தமாசு' இருப்பதாகத் தெரியவில்லை.

திக்குகள் எட்டும் சிதறி – தக்கத்
தீம்தரிகிட தீம்தரிகிட தீம்தரிகிட தீம்தரிகிட
பக்க மலைகள் உடைந்து – வெள்ளம்
பாயுது பாயுது பாயுது – தாம்திரிகிட
தக்கத் ததிங்கிட தித்தோம் – அண்டம்
சாயுது சாயுது சாயுது – பேய் கொண்டு
தக்கை அடிக்குது காற்று – தக்கத்
தாம்தரிகிட தாம்திரிகிட தாம்திரிகிட தாம்தரிகிட
வெட்டி அடிக்குது மின்னல் – கடல்
வீரத்திரை கொண்டு விண்ணை இடிக்குது;
கொட்டி இடிக்குது மேகம்; கூ
கூ என்று விண்ணைக் குடையுது காற்று;
சட்டச்சட சட்டச்சட டட்டா – என்று
தாளங்கள் கொட்டிக் கனைக்குது வானம்;
எட்டுத் திசையும் இடிய – மழை
எங்ஙனம் வந்ததடா, தம்பி வீரா!

அண்டம் குலுங்குது, தம்பி! – தலை
ஆயிரம் தூக்கிய சேடனும் பேய் போல்
மிண்டிக் குதித்திடுகின்றான்; – திசை
வெற்புக் குதிக்குது; வானத்துத் தேவர்
செண்டு புடைத்திடுகின்றார்; – என்ன
தெய்விகக் காட்சியைக் கண்முன்பு கண்டோம்!
கண்டோம் கண்டோம், கண்டோம் – இந்தக்
காலத்தின் கூத்தினைக் கண்முன்பு கண்டோம்!
தத்தரிகிட தத்தரிகிட தித்தோம்.

இதுதான் பாடல். தூரனை பாடலின் தாள ஓசைகள் பரவசப் படுத்தி உள்ளதை அறிந்துகொள்ள முடிகிறது. கவிதைக்குள் அரிதான தாளச்சத்தங்கள் இடம்பெற்றதைத்தான் அவர் நகை என்று சொல்கிறாரா என்பது விளங்கவில்லை. என்னால் நகைக்க இயலவில்லை.

மேலும், "நெஞ்சு பொறுக்குதில்லையே" பாடலையும் "நடிப்பு சுதேசிகள்" கவிதையையும் அவர் நகைச்சுவையில் சேர்க்கிறார். இதை "எள்ளித் திருத்துதல்" என்கிறார். "நடிப்பு சுதேசிகளை" என்னால் நகையில் சேர்க்கக் கூடவில்லை. ஆனால் "நெஞ்சு பொறுக்குதில்லையே" கவிதையின் ஒரு பகுதியை மட்டும் நகையில் சேர்க்கலாம்தான் . . .

நெஞ்சு பொறுக்குதில்லையே – இந்த
நிலை கெட்ட மனிதரை நினைத்துவிட்டால்
கொஞ்சமோ பிரிவினைகள்! – ஒரு
கோடி என்றால் அது பெரிதாமோ?
அஞ்சுதலைப் பாம்பென்பான் – அப்பன்
ஆறு தலை என்று மகன் சொல்லிவிட்டால்
நெஞ்சு பிரிந்து விடுவார் – பின்பு
நெடுநாள் இருவரும் பகைத்திருப்பார்.

நவீனம்

சமகால கவிதைகளில் நகைச்சுவையே இல்லாது துயரம் மண்டிவிட்டதற்கு காரணம் என்ன என்பதை ஆராய்ந்து பார்க்கத்தான் வேண்டும். ஞானக்கூத்தனின் அநேக கவிதைகள், பிரமிள், தேவதச்சன் போன்றவர்களின் சில கவிதைகளில், பின்னர் வந்த தலைமுறையின் ஒரு சில கவிதைகள் தவிர, புன்சிரிப்புகூட இல்லாத தீவிரம்தான் தமிழ் நவீனக் கவிதையின் முகமாக இருக்கிறது. பல சந்தர்ப்பங்களில் செயற்கையான தீவிரம்

(யுவன் சந்திரசேகர் —
காலச்சுவடு — ஜூலை 2015)

யுவனின் கூற்று உண்மைதான். செயற்கையான தீவிரங்கள் நிறையவே தென்படுகின்றன. ஆனால் புன்சிரிப்பும் கொஞ்சம் கிடைக்கவே செய்கிறது. கொஞ்சம் என்பதால் இல்லை என்றாகிவிடாதல்லவா? நகைச்சுவையோடு வேறு விளையாட்டுக் களையும் தேடிப்பார்க்கலாம்.

தமிழ் நவீன கவிதையின் குறிப்பிடத்தக்க துவக்கம் என்று சொல்லப்படும் ந. பிச்சமூர்த்தியின் 'பெட்டிக்கடை நாராணன்' கவிதையிலேயே எள்ளல் இழையோடுவதைக் காணமுடிகிறது.

பெட்டிக்கடை நாராணன்

தான்சாக மருந்துண்ட
தவசிகளைக் கண்டதுண்டோ ?
ஊணசாக,
உயிர் இருக்க
உலவுபவர் சித்தரன்றோ ?
நான் யாரு ?
சித்தனா தவசியா ?
பிழைக்கச் சொத்தெதுவும்
பாட்டனோ வைக்கவில்லை.
அழைத்து வித்தை ஏதும்
அப்பனோ புகட்ட வில்லை.
இதற்காக
ஆண்டவன் கொடுத்த மூளை
அடுப்படிப் பூனையாமா ?

நீண்ட விழியாள் துணையால்
குங்குமத்தைத் தண்ணீரோடு
குலுக்கிக் கலர்கள் செய்தேன்.
தங்காமல் உப்பைப் போட்டு
தனியான சோடா செய்தேன்.
ஏழைக் கென்றிரங்கி
எளிதான விலையில் விற்க
கருவாடு போன்ற வாழைப்
பழங்களும்,
புகையிலைக் காம்பும்
பீர்க்கன் இலையைப் பழிக்கும்
வெற்றிலையும், வெட்டுப்பாக்கும்,
சின்னப்பயல்களுக்கென்று
பலூனும்,
பெப்பர்மெண்டும்,
பெரியவர்களுக்கென்று
நெய்ப்பொடியும்,
லேகா மருந்தும்
வகையாகச் சேர்த்துவைத்தேன்.

நாரணன் பெட்டிக்கடையின்
நாமமே பரவலாச்சு.
இன்று கடன் இல்லை என்ற
எச்சரிக்கை எதிரே இருக்கும்
என் பேச்சு தேனாய்ச்சொட்டும்
குழைவிலே வாங்குவோர்கள்
வண்டாகி, பின்னர்
வாடிக்கைக்காரர் ஆக
ஆண்டிரண்டோடும் முன்னே
தத்வங்கள் பொய்க்கக்கண்டேன்.
பல தத்வங்கள் கவிழக்கண்டேன்
உயிரற்ற ஜடத்தில் பெருக்கம்
உண்டாகதென்ற கொள்கை
பொய்ப்பதை நானே கண்டேன்.

இருபது ரூபாய் முதலே
இருநூறாக மாறி
ஏற்றம் எனக்களிக்க
உருமாலை வாங்கிக்கொண்டேன்
ஓராளென ஆகிவிட்டேன்.
உருமாலை நாராயணனாய்
உருமாறி உயர்ந்தபின்னர்
அகமடியர் தெருவில் சின்ன
அங்கையற்கண்ணி மளிகைக்
கடையொன்று வைத்துவிட்டேன்.
சம்பளத்தை அள்ளிவீசச்
சுரங்கம் சுரக்கவில்லை
தோதாகப் பொடிப்பையன்கள்
சம்பளமில்லாதுழைக்க,
தொழிலிலே தேர்ச்சிகொள்ள,
முன்வந்து தொங்கவில்லை,
எனவே,

கோழியுடன் எழுந்திருந்து
கோட்டானுடனே துயிலும்
கோலமே வாழ்க்கை ஆச்சு
சரக்கோ கொஞ்சம்.
எட்டுமணி நேரம்
தட்டாது விற்றால்
தட்டில் மிச்சம்
தங்கி இருக்குமா ?
இப்படிக்கிருக்க
எலிவேறு இரவில்
இராஜ்யம் வகித்தால்
என் உருமாலை மட்டும்
கிழியாமல் போமோ ?
போனாலும்
நீண்ட விழியாளின் அருள்
நீங்கவில்லை,
முதலுக்கும் மோசம்
மருந்துக்கும் காணோம்.

மண்ணெண்ணை பங்கீடு
வந்தது அருளால்
மண்ணெண்ணை வர்ணம்
இரண்டுதான் என்றாலும்,
மஞ்சளும் வெளுப்பும்
என்றாலும் பலபேர்கள்
கறுப்பென்று கதறினர்.
தம்படி நாணயம்
இல்லாமல் போனதும்
முதலுக்கு மோசம்
அணுகாத வேலியாய்,
உயிருள்ள அரணாய்
உவந்திட முளைத்தது

அங்கயற்கண்ணி
அடிகளே சரணம்!

தம்பிடி மிச்சத்தைக்
கேட்பவரில்லை,
சில்லரைப் போருக்கு
வருவோரும் இல்லை;
அங்கயற்கண்ணியின்
அலையோடும் அருளால்
எண்ணெய்க்குப் பின்னர்
அரிசிக்கும் பங்கீடு
தானாகத் தங்கம்
தடத்தில் கிடைத்தால்
ஓடென்றொதுக்க நான்
பட்டினத்தாரா ?

மீன்கொத்தி ஒன்று
உள்ளே இருந்தால்
பங்கீட்டுக்கடை ஒன்று
பட்டென்று வைத்தேன்;
பணக்காரன் ஆனேன்.
பங்கீட்டுக் கடைகளால்
பணக்காரர் ஆனால்
பாவம் என்றேதேதோ
பேப்பரில் வந்தது.
பாவமொன் றில்லாவிட்டால்
பாருண்டா ?
பசியுண்டா ?
மண்ணில் பிறப்பதற்கு
நெல் ஒப்பும்போது
களிமண்ணில் கலந்திருக்க
அரிசி மறுப்பதில்லை.

நக்ஷத்திரம் போல,
நல்முத்துப் போல,
சுத்தமாக அரிசி விற்க,
பங்கீட்டுக்கடை என்ன
சல்லடையா ?
முறமா ?
நெல்மிஷினா ?
பலகைக்காரியா ?
மூட்டையைப் பிரிக்கு முன்னர்
முந்நூறு பேரிருந்தால்
சலிப்பதெங்கே ?
புடைப்ப தெங்கே ?
புண்ணியம் செய்யத்தான்
பொழுது எங்கே ?
அங்கயற்கண்ணியின்
அருளென்ன சொல்வேன்
பங்கீடு வாழ்க!
பாழ்வயிறும் வாழ்க!

பாழ்வயிற்றின் முன்னே எது கவிழ்ந்தால் என்ன? நவீனத் தமிழ்க் கவிதை வரலாற்றில் ஏன் இந்தக் கவிதை முக்கியமான ஒன்றாகப் பேசப்படுகிறது. ஒரு தனிமனிதனின் இயலாமைகளை, பித்தலாட்டங்களை அவ்வளவு பட்டவர்த்தனமாகவும், கலைநயம் குன்றாமலும் முன்வைத்ததாலா? தத்துவங்கள் கவிழ்வது பற்றி தத்துவமுரைப்பதாலா? தன் சமகாலத்தின் குறிப்பிடத்தக்க அரசியல் நிகழ்வுடன் குறுக்கீடு நிகழ்த்தியதாலா? அளவில் நீளமே ஆயினும் குலைந்துவிடாத இதன் கச்சிதத் தன்மைக்காகவா? *சொல்வனம்* மின்னிதழில் வெங்கட்சாமிநாதன் இந்தக் கவிதை பற்றி இப்படி எழுதியிருக்கிறார் . . .

> "ந. பிச்சமூர்த்தியின் 'பெட்டிக்கடை நாரணன்' என்ற கவிதை எப்போதோ நாற்பதுகளில் வெளியாகி மறக்கப்பட்ட கவிதை திரும்பப் பிரசுரமானது. நாற்பதுகளில் எந்த விளைவையும் ஏற்படுத்தாத அந்தக் கவிதை, *எழுத்து* பத்திரிகையில் *(1959)* – இல் பிரசுரமானதும் உடனே அடுத்த எழுத்து இதழ்களில் பசுவய்யா, தி.சொ. வேணுகோபாலன், க.நா.சு. (அவரது மிகச் சிறந்த கவிதையான தரிசனம்) என ஏதோ இதற்காகவே காத்துக்கொண்டிருந்தது போல ஒரு கவிஞர் கூட்டமே பிச்சமூர்த்தியின் கவிதை தந்த ஆதர்சத்தில் கவிதைகள் எழுத ஆரம்பித்தனர். ஏதோ இது மாதிரி ஒரு சமிக்ஞை எப்போதடா வரும் என்று காத்திருந்தது போல. இதில் ஒவ்வொருவரின் கவிதையும் இதுகாறும் எழுதப் படாத பொருளில், எழுதப்படாத கவிதை வடிவில் எழுதினர். ஒருவரது கவிதை போல இன்னொருவரது இல்லை. க.நா.சு.வின் தரிசனம் கவிதைக்கும், பசுவய்யாவின் உன் கை நகத்துக்கும் ஏதும் ஒற்றுமையோ சம்பந்தமோ இருக்கவில்லை. அதுபோலத்தான் தி.சொ. வேணுகோபாலனதும்."

இவ்வளவு புத்துணர்ச்சி அளித்ததாகச் சொல்லப்படும் ஒரு கவிதையில் எள்ளல் சுவையும் கலந்திருப்பதைக் குறிப்பிட்டுச் சொல்ல விரும்புகிறேன்.

அவ்வளவு மாத்திரைகளுக்கும் கொந்தளிப்புகளுக்கும் மத்தியில்கூட ஆத்மாநாம் விளையாடிப் பார்க்க முயன்றிருக்கிறார்.

பதில்

குற்றுகர முற்றுகர சந்திகளை
சீர்சீர் ஆய்ப் பிரித்து
தளை தளையாய் அடித்து
ஒரு ஒற்றை வைத்து
சுற்றிச் சுற்றி வந்து
எங்கும் மை நிரப்பி
எழுத்துக்களை உருவாக்கி

பொருளைச் சேர்த்து
வார்த்தைகள் ஆய்ச் செய்து
ஒவ்வொரு வாக்கியத்திற்கும்
கமா மற்றும் முற்றுப்புள்ளி வைத்து
ஏதாவது சொல்லியாக வேண்டும்
நமக்கேன் வம்பு.

சுற்றி

அரச மரத்தைச் சுற்றி
பிறந்த பிள்ளை ஒருவன்
வேப்ப மரத்தைச் சுற்றி
பிறந்த பிள்ளை ஒருவன்
எந்த மரத்தைச் சுற்றி
பிறந்த பிள்ளை இவன்
ஏதேனும் தறுதலை மரமாக இருக்குமோ?

சும்மாவுக்காக ஒரு கவிதை

உங்கள் நண்பர்களைச் சொல்லுங்கள்
நீங்கள் யாரென்று சொல்லுகிறேன்
என்றார் ஒரு பேரறிஞர்
நான் சொன்னேன்
நீங்கள் யாரென்று சொல்லுங்கள்
உங்கள் நண்பர்களைச் சொல்லுகிறேன்
முழித்த முழி முழியையே முழுங்கும் போல
நீங்கள் யாரானால் என்ன
நான் யாரானால் என்ன
அனாவசியக் கேள்விகள்
அனாவசிய பதில்கள்
எதையும் நிரூபிக்காமல்
சற்று சும்மா இருங்கள்

நவீன தமிழ்க் கவிதையின் விளையாட்டுக்களுக்குத் துவக்க புள்ளிகளாக சி. மணியையும் ஞானக்கூத்தனையும்தான் சுட்ட வேண்டும். செய்யுள் மரபின் ஓசைநயங்களுக்குள் நவீன மனதின் சிக்கல்களைப் பேசியவர்கள் இருவரும். “பழைய கவிதை வடிவங் களில் புதிய காலத்தின் பிரச்சனைகளைச் சொல்லும்போது அது தன்னிச்சையாகவே அங்கதமாக மாறிவிடுகிறது” என்கிறார் டி.எஸ். எலியட்.

புனிதங்கள், உன்னதங்கள் என்று தொழுது போற்றப்பட்ட வற்றை தன் பகடிகளின் வழியே தலைகீழாக்கப் பார்த்தனர் இவர்கள். அபத்தச்சுவையில் திளைத்தவர்கள் என்று இருவரையும் சொல்லலாம். மணியிடம் கொஞ்சம் தத்துவச் சாயல் உண்டு. மணியின் ‘பச்சையம்’ கவிதையை இளங்கலை பாடத்திட்டத்தில் வாசித்துவிட்டு அக்கவிதையை கடக்க முடியாமலும் நம்ப முடியாமலும் திரும்பத் திரும்ப வாசித்து ஆச்சர்யப்பட்டுக் கொண்டது நினைவிருக்கிறது.

சொல்கிறார்கள்
எழுத்திலே கூடாதாம்;
பாலுணர்ச்சி கூடினால்
பச்சையாம்

வாலை இளநீரை வாய்விழியால்
வாரிப் பருகும் இவர்கள்
இளமை கொடுக்கும் துணிவில்
இடித்துக் களிக்கும் இவர்கள்
வயது வழங்கிய வாய்ப்பில்
அமர்ந்து சிலிர்க்கும் இவர்கள்
இருவரைக் கட்டிலேற்ற ஊதி
முழக்கியூர் கூட்டும் இவர்கள்
இருளில் ரகசியமாய் வெட்கி
மருவி மயங்கும் இவர்கள்
பிறகு தவழவிட்டு ஊரெல்லாம்
பெருமை உரைக்கும் இவர்கள்
எல்லாம் இவர்கள்தான் – வேறு யார்
சொல்வார்கள்? கூடாதாம்; பச்சையாம்...

மணியின் மேலும் இரண்டு கவிதைகள் . . .

தலைவிதி

முற்றி லுமுன்தன் விதியினை புதிதாய்
மாற்றி எழுதும் நேரம் வந்து
நிற்கி றது, வா ஓடிவா எனவும்,

ஓட்டமாய் ஓடிப் போயென் தலையைக்
காட்டினேன்; காட்டவும் இடக்கை நீட்டி

எட்டினார்; எட்டிக் கூந்தலைச்
சட்டெனப் பிடித்ததும் அடித்தார் மொட்டை

மினியுகம்

சனி த்துவிட்டது
மினி யுகம்; ஒழிந்தது
நனி பெரும்மனிதர் கொற்றம்.
இனி
மினி மக்கள் காலம்.
மனி தனைவிட்டு
மினி தனைப்பாடு போற்று
குனி என்பேச்சைக் கேள்.ஏ
னெனி லெனக்குத் தெரியும் நானொரு
மினி மேதை

ஒப்பு நோக்க மணியைக் காட்டிலும் ஞானக்கூத்தன் கவிதைகள் எளிமையும் நேரடித்தன்மையும் கொண்டவை . . .

நாய்

காலம் கடந்துண்ணும் எதிர்மனைப் பார்ப்பான்
எச்சிற் களையைத் தெருவில் எறிந்தான்

பழைய யானைக் கடை

ஆள்நடவாத தெருவில் இரண்டு
நாய்கள் அதற்குத் தாக்கிக்கொண்டன
ஊர்துயில் குலைத்து நாய்கள் குரைக்கவும்
அயல்தெரு நாய்களும் ஆங்காங்கு குரைத்தன
நகர நாய்கள் குரைப்பது கருதிச்
சிற்றூர் நாய்களும் சேர்ந்து குரைத்தன
நஞ்சை புஞ்சை வயல்களைத் தாவிக்
கேட்கும் குரைச்சலின் குரைச்சலைக் கேட்டு
வேற்றூர் நாய்களும்
குரைக்கத் தொடங்கின.
சங்கிலித்தொடராய் குரைத்திடும் நாய்களில்
கடைசி நாயை மறித்துக்
காரணம் கேட்டால் என்னத்தைக் கூறும்?

காலவழுவமைதி

“தலைவரார்களேங் . . .
தமிழ்ப்பெருமாக்களேங் . . . வணக்கொம்.

தொண்ணூறாம் வாட்டத்தில் பாசும் வாய்ப்பய்த்
தாந்தமைக்கு மகிழ்கின்றேன். இன்றய்த் தீனம்
கண்ணீரில் பசித்தொய்ரில் மாக்களெல்லாம்
காலங்கும் காட்சியினெய்க் காண்கின்றோங் நாம்”

‘வண்ணாரப் பேட்டகிள சார்பில் மாலெ’

“வளமான தாமிழர்கள் வாட லாமா?
கண்ணாளா போருக்குப் போய்வா யேன்ற
பொற நான்ற்றுத் தாயெய் நாம் மறந்திட்டோமா?
தாமிழர்கள் சொகவாழ்வாய்த் திட்டாமிட்டுக்
கெடுப்பவர்கள் பிணாக்குவ்யல் காண்போ மின்றே
நாமெல்லாம் வரிப்பொலிகள் பகைவர் பூனெய்
நாரிமதி படைத்தோரை ஒழிப்போம் வாரீர்
தலைவரார்களேங்
பொதுமாக்களேங் நானின்னும்
யிருகூட்டம் பேசயிருப்பதால்
வொடய் பெறுகறேன் வணக்கொம்”

‘இன்னுமிருவர்பேச இருக்கிறார்கள்
அமைதி . . . அமைதி . . .

சைக்கிள் கமலம்

அப்பா மாதிரி ஒருத்தன் உதவினான்
மைதானத்தில் சுற்றிச் சுற்றி
எங்கள் ஊர்க் கமலம் சைக்கிள் பழகினாள்
தம்பியைக் கொண்டு போய்ப்
பள்ளியில் சேர்ப்பாள்
திரும்பும் பொழுது கடைக்குப் போவாள்
கடுகுக்காக ஒரு தரம்
மிளகுக்காக மறு தரம்
கூடுதல் விலைக்குச் சண்டை பிடிக்க
மீண்டும் ஒரு தரம் காற்றாய்ப் பறப்பாள்

வழியில் மாடுகள் எதிர்ப்பட்டாலும்
வழியில் குழந்தைகள் எதிர்ப்பட்டாலும்
இறங்கிக்கொள்வாள் உடனடியாக
குழந்தையும் மாடும் எதிர்ப்படா வழிகள்
எனக்குத் தெரிந்து ஊரிலே இல்லை
எங்கள் ஊர்க்கமலம் சைக்கிள் விடுகிறாள்
என்மேல் ஒருமுறை விட்டாள்
மற்றப் படிக்குத் தெருவில் விட்டாள்

நகுலனின் 'ராமச்சந்திரன்' கவிதையின் அமைப்பில் 'விளையாட்டு' அல்லது 'விளையாட்டு போன்ற பாவனை'யை காணமுடிகிறது. அதன் மீது கொட்டப்படும் எல்லா தத்துவார்த்த விளக்கங்களையும் மீறி இந்தப் புதிர் விளையாட்டுதான் கவிதையை இன்னும் புதிதாக வைத்திருந்து சுவாரஸ்யப்படுத்துகிறது.

ராமச்சந்திரன்

ராமச்சந்திரனா
என்று கேட்டேன்
ராமச்சந்திரன்
என்றார்
எந்த ராமச்சந்திரன்
என்று நான் கேட்கவில்லை
அவர் சொல்லவுமில்லை.

சுந்தர ராமசாமியின் கேலி பிரசித்தமானது. அவர் எழுத்துக் களிலும் நேர்பேச்சுக்களிலும் அது அடிக்கடி பளீரிட்டிருக்கிறது. ஒரு கூட்டத்தில் ஜெயமோகன் சொன்னது இது ...

ஒரு கவிஞரைப் பத்தி சு.ரா இப்படி சொல்வார் ... அவரு நல்லா தலவாழ இலை போட்டு ... தண்ணி யெல்லாம் தெளிச்சு ... பல வகையான பதார்த்தங் களைப் பரிமாறி ... அவரே உட்கார்ந்து சாப்புட்டும் போயிருவார் ...

சு.ராவின் 'மௌனி' என்கிற கட்டுரை இப்படி துவங்குகிறது ...

"1975ஆம் வருடம் திருவனந்தபுரத்திலிருந்த க.நா.சு நாகர்கோவிலுக்கு பலமுறை வந்தார். நானும் கிருஷ்ணன் நம்பியும் உயிர் நண்பர்களாக இருந்த காலம். ஒரு முறை மூன்று நாட்கள் தங்கிவிட்டுப் போக வந்த க.நா.சு சுமார் மூன்று மாதங்கள் நாகர்கோவிலிலேயே அறை அமர்த்தி உட்கார்ந்துவிட்டார். சிறிய அறை. ஒரு நாள் வாடகை நாலணா. அறைக்குள் ஒரு பெஞ்ச் மட்டும். ஓட்டல் முதலாளி அதை கட்டில் என்பார். ஒரு பக்கச் சுவரோடு இணைந்து கிடந்தது அது. பெஞ்சுக்கும்

மறுபக்க சுவருக்குமான இடைவெளி ஒரு சாண் ஒரு விரற்கடை இருக்கும். வராண்டாவிலிருந்து அந்தரத்தில் ஒரே குதியாகக் குதித்து பெஞ்சில் படுப்பது சிரமம் என்பதால் முதலாளி முன்யோசனையாக விட்டிருந்த இடைவெளி அது."

'சுந்தர ராமசாமி கவிதைகள்' தொகுப்பில் சு.ராவின் கவிதைகளில் தென்படும் அங்கதத்தன்மையை ராஜமார்த்தாண்டன், சுகுமாரன் இருவருமே குறிப்பிட்டு எழுதியிருக்கிறார்கள். எனினும் சு.ரா எழுதியிருக்கும் நூற்று சொச்சம் கவிதைகளில் அவரது பிரசித்தி பெற்ற கேலி வெளிப்படுவது நாலைந்து கவிதைகளில்தான் என்று சொல்ல வேண்டும். அதுவும் சற்று அடங்கிய தொனியில்தான்... கொஞ்சம் சத்தமான கேலி என்று 'மந்த்ரம்', 'கொள்கை' ஆகிய கவிதைகளைத்தான் சொல்ல வேண்டி இருக்கிறது...

மந்த்ரம்

ட்யூப்லைட் சுந்தராச்சி உபயம்
குத்துவிளக்கு கோமுட்டி செட்டி உபயம்
உண்டியல்பெட்டி தெ.கு.வே உபயம்
பஞ்சதிரி விளக்கு ஆண்டிநாடார் உபயம்
....
....
சின்னதட்டு ஒரு டஜன்
வைரங்குளம் மிட்டாதார் உபயம்
வைரங்குளம் மிட்டாதார்
அவர் அப்பா உபயம்
அவர் அப்பா அவர் அப்பா உபயம்
....
....
நீ
நான்
அவள்
இவன்
அவன்
பூனை
புண்
பூ
புழு
குண்டூசி
குத்தூசி
கடப்பாரை
லொட்டு லொடக்கு
எல்லாம்
ஸ்வாமி

உபயம்
ஸ்வாமி
சிற்பி
உபயம்
சிற்பி
அவர் அப்பா உபயம்.

. . . .
. . . .

ஸ்வாமி
நம்ம உபயம்
நாம
ஸ்வாமி உபயம்
நம்ம பேரு
சாமி மேல
சாமி பேரு
நம்ம மேல.

தேவதச்சன் என்னுடைய கவிஞர் அல்ல. பக்கத்து வரிசையில் அமர்ந்திருக்கும் ஒரு மதிப்பிற்குரிய மனிதர் என்கிற எண்ணம்தான் எனக்கு எப்போதும் இருந்துவந்திருக்கிறது. எவ்வளவு வாசித்தாலும் அவர் தீர்வதில்லை. எப்படி வாசித்து முடித்தாலும் "இவ்வளவுதானா தேவதச்சன்?" என்கிற கேள்வி என்னை விட்டு விலகுவதில்லை. சமயங்களில் "இந்த ஆள் நம்மை ஏமாற்றுகிறாரா?" என்கிற சந்தேகமும் எனக்குத் தோன்றியதுண்டு. "இவ்வளவுதானா?" என்கிற கேள்வி எல்லாப் படைப்பாளிகளுமானதுதான். எனினும் தேவதச்சனில் அது கொஞ்சம் அதிகமாகவே எழுகிறது எனக்கு.

பலரும் சொல்லும் "அந்த மட்டும் சீப்பு வாங்கும் செலவு மிச்சம்" என்கிற அவரது விளையாட்டைக்கூட என்னால் கண் இடுக்கியே காண முடிகிறது.

என் மனச்சுனையின் ஆழத்தில்

என்
மனச்சுனையின் ஆழத்தில்
சில கறகள்
கிருஷ்ணபகவானின் எலும்புகள் என்பார் சிலர்
க்ரோமக்னன் பொம்பளையின் முட்டுத்துணி
என்பாரும் உளர்
பார்த்துக்கொண்டிருக்கையில்
தலை
ஆழத்தில் உருள உருள
அந்த மட்டுக்கும்
சீப்பு வாங்கும் செலவு மிச்சம் எனக்கு.

இக்கவிதைப் பற்றி சபரிநாதன் எழுதியுள்ள வரிகள் இவை…

“இங்கு ஒருசேர சமூகமானுடவியல் மற்றும் புராணிகம் இவற்றின் பதிலையும் அலட்சியப்படுத்தி ஒரு நடைமுறை யாளனின் நாற்காலிக்கு நகர்கிறார். இதில் உள்ளது டீக்கடை யில் விவாதித்துக்கொண்டிருந்த அறிவுஜீவிகள் பிரிந்து சென்ற பிறகு அவர்களது டம்ளர்களைக் கழுவிக்கொண்டே டீ மாஸ்டர் அடிக்கும் கமெண்ட் மாதிரி உள்ளது...”

நான் அந்த டீ மாஸ்டரையே சந்தேகிக்கிறேன். அவர் பல்வேறு ஊர்களில், வெவ்வேறு குற்றச்செயல்களில் ஈடுபட்டுவிட்டு, கன்னத்தில் ஒரு மருகை ஒட்டிக்கொண்டு இந்த ஊரில் வந்து டீ மாஸ்டர் வேடத்தில் ஒளிந்திருப்பவர். அவரும் ஒரு அறிவுஜீவி தான்.

சில கவிதைகளில் இவர் ‘ஜாலி’ என்கிற வார்த்தையை எழுதி வைத்திருக்கிறார். ஆனால் அதை அவ்வளவு ‘ஜாலியாகத்தான்’ எழுதினாரா என்கிற கேள்வி எனக்குண்டு. அவரது விளையாட்டை “விட்டு விடுதலையான ஒன்றாக” என்னால் ஏற்க இயலவில்லை. என் வாசிப்பின் பிழையாகவும் இது இருக்கலாம்.

ஹேய், ஜாலி

ஹேய், ஜாலி, எந்தக்
கேள்விக்கும் விடையில்லை
எந்தக் குடையும் மழையை
நிறுத்தவில்லை, ஓகோய்
ஊறுகாய் ஆனால் கோடலியில்லை
உடைத்த கண்ணாடி சாவதில்லை
ஹைய்யா, குருவிகளென்றும்
மலையைப் புரட்டியதில்லை ... புர்ர்.
புர்.புர்.
ஆனால் அதோ பாரு அதோ பாரு
குருவிகள்
மலையைத் தாண்டுது பாரு

நிச்சயமாக பிரமாதமான கவிதைதான். ஆனால் என் சந்தேகம் இதில் விளையாட்டு உள்ளதா என்பதுதான்? விளையாட்டின் ‘மெய்மறத்தலுக்கு’ பதிலாக விழிப்பு நிலையையே இதில் என்னால் காணமுடிகிறது.

பிற்கால தேவதச்சன் கவிதைகளைக் குறித்துப் பேசும்போது “தத்துவமற்ற தத்துவவாதியின் கொண்டாட்டம்” என்று வரையறை செய்கிறார் ஜெயமோகன். அப்படியும் தத்துவம் என்கிற பென்னம் பெரிய சொல்லிலிருந்து தேவதச்சனை முற்றாக விடுவிடுக்க அவரால் இயலவில்லை.

இப்புத்தகம் வினோதம், சுவாரஸ்யம், பரிட்சார்த்த முயற்சி ஆகியவற்றையும் ‘விளையாட்டு’ என்றே கொள்கிறது. ஆனால்

அவற்றுடன் 'துடுக்குத்தனமும்' சேர்ந்திருக்க வேண்டும் என்பதை ஒரு விதியாகச் சொல்கிறது. தேவதச்சனின் கவிதைகளில் வினோதமும், அது அளிக்கும் சுவாரஸ்யமும் உண்டு. ஆனால் அதுபோன்ற கவிதைகளிலும் துடுக்குத்தனம் துணை சேரவில்லை.

தேவதச்சம்

தன் நாவு நீட்டி
மின்மினிப்பூச்சியை
கவ்வுகிறது
தவளை ஒன்று
தவளையும் பூச்சியும்
கலந்து
புதிய ஜீவராசி ஒன்று
ஒரு விநாடி
தோன்றியது
அதற்கு
தேவதச்சம் என்று
பெயர் வைத்தேன்
....

துணி துவைத்து

துணி துவைத்துக்கொண்டிருந்தேன்
காதில் விழுந்தது குருவிகள் போடுகிற சப்தம்
தொடர்ந்து துவைத்துக்கொண்டிருந்தேன்
காதில் விழுகிறது குருவிகள் போய்விட்ட நிசப்தம்
அடுத்த துணி எடுத்தேன்
காதில் விழுந்தது நிசப்தம் போடுகிற குருவிகள் சப்தம்

"தமிழ்க் கவிதையின் குதூகலமான விளையாட்டுப் பரப்புகளில் ஒன்று தேவதச்சனின் கவியுலகம்" என்கிறார் ஜெயமோகன். ஒரு வேளை அது இப்புத்தகம் 'விளையாட்டு' என்று வரையறுத்துக் கொண்டவைகளுக்கு வெளியே ஆடும் ஆட்டமாக இருக்கலாம்.

கவிதையின் விளையாட்டு பற்றி எழுத நினைத்ததும் உடனடியாக நான் மீள்வாசிக்க நினைத்தது கலாப்ரியாவின் கவிதைகளைத்தான். அதில் நிறைய விளையாட்டுகள் உண்டு என்று நம்பிக்கொண்டிருந்தேன். ஆனால் அது உண்மையல்ல என்பதையே அவ்வாசிப்பு எனக்கு உணர்த்தியது. ஜெயமோகன் கலாப்ரியாவை "புறநடையாளன்" என்று விளிக்கிறார். "பரதநாட்டிய உடையுடன் முச்சந்தியில் ஒருவரை நடமாடவிடுவது போல" என்று கலாப்ரியாவின் கவிதைகளைக் குறிப்பிடுகிறார். ஆனால் அந்த ஆளைப் பார்த்தால் ஒருவித வேடிக்கையுணர்வு வரவேண்டுமல்லவா? அது வரமாட்டேன் என்கிறது. அந்த ஆள் நமக்குச் சிரிப்புக் காட்டுவதில்லை. கையில் ஒரு கனமான கல்லை வைத்திருக்கும் விபரீதமான பைத்தியம் அவன். எப்போது

வேண்டுமானாலும் அதை நம்மை நோக்கி வீசுவான். "எட்டாத ஸ்விட்சைப் போட தம்பிப்பையல் அப்பாவின் பிணத்தின் மேல் ஏறுகையில்" எனக்குச் சிரிப்பு வரமாட்டேன் என்கிறது. மாறாக குமட்டி வருகிறது. கொஞ்சம் பயமாகக்கூட இருக்கிறது. கவிதைக்குள் அவர் நிகழ்த்தி இருக்கிற எல்லா வித்தைகளும் தீவிரத்தன்மையுடனேயே வெளிப்பட்டிருக்கின்றன. எனவே அவற்றை விளையாட்டு என்று வரையறுக்க இயலவில்லை. இந்த இடத்தில் கவிதைக்குள் விளையாட்டு என்பது ஒரு மேலான தகுதியில்லை என்பதையும் அது ஒரு வகைமாதிரி மட்டுமே என்பதையும் நாம் நினைவுபடுத்திக்கொள்வது நல்லது.

கலாப்ரியா சில கவிதைகளுக்கு ஆங்கிலத்தில் தலைப்பிட்டிருக்கிறார். நாம் அன்றாடம் கடந்துபோகிற சாதாரண காட்சிகளின் மேல் அசாதாரணங்களை ஏற்றிவிட்டிருக்கிறார். விக்கரமாதித்யன் சொல்வது போல் மனத்தடையிலிருந்து பூரணமாக விட்டு விடுதலையாகி எழுதியிருக்கிறார். "அழகாயில்லாததால் அவள் எனக்கு தங்கையாகிவிட்டாள்" என்று துணிந்து எழுதியிருக்கிறார். "சசி" என்று வெளிப்படையாக பொதுவில் சொல்லியிருக்கிறார். "தோள் கண்டார் தோளே கண்டார் ..." என்கிற காவிய வரியை "கால்காண சோம்பல்" என்றெழுதி முடித்துவைக்கப் பார்க்கிறார். வேறொரு 'பாவைப்பாட்டு' எழுதுகிறார் ...

எம்பாவாய் ...

நேற்று மாலை
சூரியன் கடைசியாய் முத்தமிட்ட
உடைமரப்புதர்களை
யாரும் வெட்டியிருக்கக் கூடாதென்றபடி,
....
....
ஆரஞ்சு நிறச்சூரியன் பாதி
அம்மணத்தைப்
பார்த்துவிடக் கூடாதென்றபடி
கொஞ்சம் சிரித்துப் பேசினபடி...
நகரோரத்துக் குடிசைப் பெண்கள்
ஆண்டாளின் வம்சங்கள்
சொறி உதிர்க்கும்
கறுப்பு நாயைத்
துணைக்கழைத்து
ஊரைவிட்டு வெளியே
கக்கூஸ் தேடிப் போவார்
கருக்கலில்.
"ஸ்ரீமத் ..." அருளிச்செய்த
திருவெம்பாவை

இக்கவிதை பாவைப் பாடல்களை முறைத்துப் பார்க்கிறது. மோதி உடைக்கப் பார்க்கிறது. கேலியும் ஒருவித மோதலை நிகழ்த்துகிறதுதான். ஆனால் இப்படி நேருக்கு நேராக நின்று இவ்வளவு ஆக்ரோஷத்துடன் அது மோதுவதில்லை. அதன் வழிவகை வேறானது. கிண்டலாக துவங்கும் சில கவிதைகளும் தீவிரத்துடன்தான் முடித்துவைக்கப்பட்டிருக்கிறது.

குழூஉ

"சம்போ மகாதேவ
சாம்ப சிவா . . ."
போடு . . .
சம்போ மகாதேவ
சாம்ப சிவா . . .
சாமி சாமி சாமியென்று
நாமஞ்சொல்லிப் பார்க்கனும்
நாவினில் வராது போனால்
நால்வரோடு சேரனும் . . .

வாழ்க வாழ்க அண்ணா வாழ்க . . .
வாழ்க வாழ்க எம்ஜியார் வாழ்க
கலைஞர் படை போதுமா . . .
இன்னும் கொஞ்சம் வேணுமா . . .
மார்க்சிஸ்ட் பார்ட்டி ஜிந்தாபாத்

முழுதுமாய்
குழுவுக்குள் அடைந்து
நடப்புக்குள் சிறைப்பட்டுப்போ
பத்தயங்களின்
நீள அகலம்
வாழப் போதுமானது.
ஆனாலும்
செண்பகப்பூவின் மணங்களில்
சோகபாவம் தர்சிக்கிற
"ரசிகமணி" மூளையை
எங்கே அடகுவக்ய.

கலாப்ரியாவின் கவிதைகளைப் பற்றி எழுதியிருக்கும் ஆளுமைகள் யாரும் கேலி, கிண்டல் ஆகிய சொற்களைப் பிரதானமாகக் குறிப்பிடவில்லை என்பதைக் கவனிக்க முடிகிறது. விளையாடும் வாய்ப்புள்ள சகல இடங்களுக்குள்ளும் புகுந்து வந்தபோதிலும், விளையாடாமல் விட்டுவிட்டவர் என்றுதான் கலாப்ரியாவைக் குறிப்பிட வேண்டி இருக்கிறது.

குரங்கிற்கு வாழைப்பழம் போதுமானது. 'மனிதக்குரங்கிற்கோ' தனக்கு என்ன வேண்டுமென்பதே கடைசிவரை விளங்குவ தில்லை. ஆமாம்... நாயிற்குச் சோறும், நிழலும் போதுமானது.

பகுத்தறிவிற்கோ பல்லாயிரம் சந்தேகங்கள். அதனால் பல்லாயிரம் குழப்பங்கள்.

பரிணாமப் பயன்பாடுகள்

பெயர் தெரியாத பூச்சி
பருப்பு டப்பாவுக்குள் இருந்தது.
அதன் தாய்தந்தை யார் எதுவரை
படித்திருக்கிறது அதன் லட்சியம் என்ன
சாதனை என்ன வீட்டுப்பொறுப்பை
செவ்வனே செய்கிறதா பூர்ஷ்வாவா
கஞ்சா பிடிக்குமா
சமூகப் பிரக்ஞை உண்டா
கல்யாணம் ஆனதா லெபனான்
போர் பற்றி அதன் அபிப்ராயம் என்ன
ஒன்றும் தெரியாது

சாம்பல் நிறத்தில் வரிவரியாக
இத்தினியூண்டு மீசையுடன்
ஓடிக்கொண்டிருக்கிறது.

(சமயவேல்)

சமீபத்தில் ஒரு புத்தக வெளியீட்டின்போது ஜெயமோகன் சொன்னார்...

"ஒரு காலத்துல சுகுமாரன் கவிதைய நின்னுட்டுதான் படிக்க முடியும். உட்கார்ந்துட்டு ரிலாக்ஸா அதைப் படிக்க முடியாது... அவ்வளவு உக்கிரம் இருந்தது அதுல..."

சுகுமாரனின் மொத்த கவிதைகளிலிருந்தும் இந்தக் கவிதை தனித்து நிற்பது. இதில் கேலி உண்டு...

பிரார்த்தனை

வானுயர நின்று வெளியைத் தழுவி விரிந்த
தேவமைந்தனின் கைகளின் நிழலில்
உபதேசியார் பிரசங்கிக்கிறார்:

'கடவுள் வீட்டை
நாம் கட்டுவோம்'

விசுவாசிகள் ஒப்புதல் செய்கிறார்கள்
'ஆமென்'

தேவமைந்தனின் அங்கிநிழலில் ஒண்டி
உபதேசியார் பிரசங்கிக்கிறார்:

'நம் வீட்டைக்
கடவுள் கட்டுவார்'

விசுவாசிகள் ஒப்புதல் செய்கிறார்கள்
'ஆமென்'

கூட்டத்தில் ஒளிந்திருந்த சாத்தான் கேட்கிறான்:
'உபதேசியாரா? கடவுளா?
வீட்டுக்கடனை யார் கட்டுவார்?'

விசுவாசிகள் ஒப்புதல் செய்கிறார்கள்
'ஆமென்.'

விக்கிரமாதித்யன் தன் கவிமொழியை வெகுவாக லகுவாக்கிக்கொண்டவர். 'அஸ்கு புஸ்கு / ஆசைதோசை என்கிறவரைக்கும் இறங்கி வந்தவர். இதன் நிமித்தம் இவர் கவிதைகளில் விளையாட்டு அதிகமாக நிகழ்ந்திருக்க வாய்ப்புகள் இருக்கின்றன. ஆனால் அப்படி ஆனதாகத் தெரியவில்லை.

இவர் கவிதைகளில் நன்னிலம் நடராஜன், ரஜினி, ராஜேஷ் குமார், குஷ்பு, கங்கை அமரன் என 'மகிழ்வூட்டும்' மனிதர்கள் பலர் இடம்பெற்றிருக்கிறார்கள். ஆனாலும் 'நகை' குறைவாகத் தான் இருக்கிறது. மொழியின் எளிமை காரணமாக நிறைய விளையாட்டுகள் இருப்பது போன்ற ஒரு மயக்கம் தோன்றுகிறது. ஆனால் உண்மை அப்படியில்லை என்பதே என் எண்ணம். 'நவபாஷாணம்' நெடுங்கவிதையில் கொஞ்சம் விளையாட்டு உண்டு. பிறகு அங்கங்கு கொஞ்சமாக...

1) பத்தினியின்
பாவாடை ஃப்ரிலுக்கும்
பரத்தையின்
பாவாடை ஃப்ரிலுக்கும்
பாரித்த அளவில்
பேதம் உண்டா

பத்தினிக்கும் தெரியாது
பரத்தைக்கும் புரியாது

பாவம்
பாவாடை ஃப்ரில்

2) அபூர்வமான எளிமை
ஏமாற்றுகிற எளிமை

உண்மையைப் போல எளிமை
காற்றுப்போல எளிமை

கிராமத்து எளிமை
இயல்பான எளிமை

எளிமையிலும்தான்
எத்தனை வகை

இரண்டாவது கவிதை நமது 'இலக்கிய விமர்சனங்கள்' குறித்த கவிதை போல? எளிமை இவ்வளவு சிக்கலாக இருப்பது, உண்மையாகவே கொஞ்சம் சிக்கலான விசயம்தான்.

யுவனின் இந்தக் கவிதையை யார் சொன்னாலும் சரி, சொல்பவரின் முகம் சற்றே விரிந்த நிலையில் இருப்பதை நான் கண்டிருக்கிறேன். "வாசகா... உறுதியாக உன்னை பரவசத்தில் ஆழ்த்தப் போகிறேன் பார்..." என்கிறது அம்முகக் குறிப்பு.

குறிப்பு

கிளியென்று சொன்னால்
பறவையைக் குறிக்கலாம்
பச்சையைக் குறிக்கலாம்
மூக்கைக் குறிக்கலாம்
பெண்ணைக் குறிக்கலாம்
சிறையைக் குறிக்கலாம்
சமயத்தில்
அது கிளியையும் குறிக்கலாம்.

கவி, மொழியியலுக்குள் நிகழ்த்திக் காட்டிய குறும்பு இது.

காமத்தின் முன்னே நமது நாடகங்கள் வேடிக்கையானவை. நமது அப்பாவி முகங்களைத் தரிசிக்கையில், உண்மையில் அதனால் சிரிப்பை அடக்கிக்கொள்ள முடியாதென்றே நினைக்கிறேன். மகுடேஸ்வரனின் இரண்டு கவிதைகள்...

விடிந்ததும்
ஒன்றும் நடவாததுபோல்
நடந்துகொள்கிறது
இரவெல்லாம் புணர்ந்த இவ்வுலகு.

(யாரோ ஒருத்தியின் நடனம்)

'உன்னைப் புணர விரும்புகிறேன்' என்று
நேரடியாகக் கூற இயலவில்லை
நூதனமாக ஆரம்பிக்கிறேன்
'உன்னை விரும்புகிறேன்'

(காமக் கடும் புனல்)

காமமும் காதலும் வேறு வேறல்ல என்று தைரியமாகச் சொல்லத் துவங்கிவிட்டான் உளவியல் நிபுணன். ஆனால் நிபுணனின் காதல் கடிதத்திலும் "உன்னைப் புணர விரும்புகிறேன்" என்று இருக்காதல்லவா?

இவை நம் முன்னோரின் விளையாட்டுக்கள். என் சக்திக்குட் பட்டு விடுபடல்களோடு திரட்டி இருக்கிறேன். இவ்வளவு முயன்று தேடித் திரட்ட வேண்டியிருக்கிறது என்பதிலும், ஏன் மொத்தத்திலிருந்து இவை இப்படி ஒளிந்துகொண்டிருக்கின்றன என்பதிலும்தான், யுவனின் கேள்விக்கான நியாயம் இருக்கிறது.

இது பகடியின் காலமா?

நான் இதில் முக்கியமாக கவனிக்கிற விஷயம். மனுஷ் தன்னுடைய கவிதைகளில் பகடியை இவ்வளவு தூரத்திற்கு அனுமதிப்பது. அவர் சமீபமாக எழுதுகிற கவிதைகளில் வழக்கத்திற்கும் மாறாக அதிகமாக பகடியைப் பார்க்க முடிகிறது. மனுஷ்யபுத்திரன் கவிதைகளில் மட்டுமல்ல. இன்றைய தமிழ் கவிதைகளில் பகடி ஒரு அங்கமாகவே மாறிக்கொண்டிருக்கிறது. ஒரு சிலரின் தனி அடையாளமாக இருந்த பகடி தற்போது ஒரு பொதுக் கூறாக மாறிவிட்டதோ என்கிற எண்ணம் வருகிறது...

விஷால்ராஜா
(உயிர்மை — அக்டோபர் 2016)

பகடி இன்னும் அவ்வளவு பொதுக்கூறாக மாறிவிட்டதாக எனக்குத் தோன்றவில்லை. ஆனால் பலரும் தன் ஒன்றிரண்டு கவிதைகளிலாவது அதைச் செய்து பார்க்க முயல்கிறார்கள் என்பது உண்மை தான். பற்றிக்கொள்ள ஏதுமற்ற, லட்சியங்கள் சிதைவுற்ற, சகலமும் குழப்படிக்கப்பட்டிருக்கிற இக்காலம் இயல்பாகவே பகடிக்கு ஏதுவானதாக இருக்கிறது.

மனுஷ் தன் கவிதைகளில் பகடியை அதிகமாக அனுமதிக்க துவங்கியிருக்கிறார் என்பது உண்மையே.

அது குறித்து எனக்கு மகிழ்ச்சியே. என்னுடைய ‘வருக என் வாணிஶ்ரீ’ கவிதையை வெட்டி அவர் எழுதிய ‘வாணிஶ்ரீ நீ வர வேண்டாம்’ கவிதை முகநூலில் பரவலான கவனத்தைப் பெற்றது. இதை ஒட்டியும் வெட்டியும் சில கவிஞர்களும், முகநூல் கணக்கர்களும் ‘வாணிஶ்ரீ’ கவிதைகளை எழுதிக் குவித்தனர். திடீரென ‘வசந்த மாளிகை’ சி.டி.க்கள் ஏன் இப்படிப் பறக்கின்றன என்பது தெரியாமல் சி.டி கடைக்காரர்கள் குழம்பி நின்றனர். தீவிரத்துடன் துவங்கிய இப்போக்கு கடைசியில் வெற்று வேடிக்கையாக முடிந்தது என்பதும் உண்மைதான். முகநூலின் அமைப்பு அப்படி.

வாணிஶ்ரீ நீ வர வேண்டாம்

வாணிஶ்ரீ
நீ இப்படி ஒரு நாள்
வந்து நிற்பாய் என
நான் எதிர்பார்க்கவே இல்லை
ஒரு போன் பண்ணியிருந்தால்
நான் கொஞ்சம் ஆயத்தமாக
இருந்திருப்பேனே
நீ உன் குருதி நிரம்பிய கோப்பையை
மறுபடி கொடுக்க வந்தாயா

நான் குடிப்பதை எப்போதோ
நிறுத்திவிட்டேன்
மருத்துவர் அறிவுரைப்படி
மாலையில் யோகா செய்கிறேன்
பிறகு மற்றவர்களோடு சேர்ந்து
ஏழு மணியிலிருந்து சீரியல் பார்க்கிறேன்
பித்தனாக உன்னையே நினைத்து
இந்தத் தெருக்களில் நான்
இன்னும் அலைவேன் என்பதுதான்
உன் விருப்பம் இல்லையா?
தொந்தி வந்துவிட்டது
காலையில் தவறாமல் வாக்கிங் போகிறேன்
பிறகு வீட்டிற்கு வந்து
வெந்நீரில் குளிக்கிறேன்

வாணிஶ்ரீ
நீ எப்படியும் வந்துவிடுவாய் என
காத்திருக்க அவகாசமில்லாமல்
என் பிள்ளைகள் வளர்ந்துவிட்டார்கள்.
இதோ அடுத்த தெருவில்தான் இருக்கிறது
நான் வாடகைக்கு குடியிருக்கும்
வசந்த மாளிகை
அழைத்துப்போய்
யாரோ ஒருத்தியாய்
உன்னை அறிமுகம் செய்ய
எனக்கு எப்படி மனம் வரும்?

உன்னோடு
ஒரு காஃபி ஷாப்பில்
ஒரு நல்ல தேநீர் அருந்தவேண்டும்
என்பதுதான் எனது விருப்பமும்
இந்த ஊரில் நிறையப்பேருக்கு
என் முகம் தெரியும்
யாரோ ஒருத்தியுடன்
நான் தேநீர் அருந்துவதை
அவர்கள் கவனிப்பதில்
எனக்குச் சில சங்கடங்கள் இருக்கின்றன.

வாணிஸ்ரீ
அன்று நான் உன்னைப் பார்த்து
அந்தக் கேள்வியைக்
கேட்டிருக்கக் கூடாதுதான்
எப்படி நீ மனம் உடைந்து அழுதாய்
பிறகு வாழ்க்கை நம்மை
அவரவர் வழியில்
வழிநெடுக சவுக்கால் அடித்தபோது
நாம் ஒரு சொட்டுக் கண்ணீரில்லாமல்தானே
நின்றுகொண்டிருந்தோம்

வாணிஸ்ரீ
உனக்குப்பிறகு
உண்மையிலேயே
உன்னைவிட அற்புதமான பெண்களைச் சந்தித்தேன்
நீ எனக்குக் கொடுத்த
அன்பின் நெருக்கடிகள் எதுவுமில்லாமலேயே
அவர்கள் என்னை அன்பு செலுத்தினார்கள்
ஆனாலும்
வாணிஸ்ரீயை
என்னால் மறக்க முடியவில்லை
என்று பொய் சொல்லியே
அவர்கள் பொறாமையைத் தூண்டினேன்

வாணிஸ்ரீ
வாணிஸ்ரீயாய் வாழ்வதிலோ
சிவாஜி கணேசன்
சிவாஜி கணேசனாய் வாழ்வதிலோ
ஒரு பொறுப்பற்ற தனம் இருக்கிறது
என்பது உண்மைதானே வாணிஸ்ரீ?
மேலும்
வாணிஸ்ரீக்காக
சிவாஜி கணேசன் காத்திருப்பதாகவோ
இறந்துவிடுவதாகவோ
கதை முடியும்வரைதான்
இந்த உலகில் நியதிகள்
காவியத்தன்மை கொண்டதாக இருக்கும்
நீ இப்படி திடுதிப்பெனெ
பஸ்ஸைப் பிடித்து வந்து இறங்கினால்

எனக்கு அலுவலகத்தில்
பெர்மிஷன் போடுவது
மிகவும் கஷ்டம் வாணிஸ்ரீ
உனக்கு இந்த ஊரில்
வேறு உறவினர்களோ
நண்பர்களோ இருக்கிறார்கள்தானே
வாணிஸ்ரீ ?

நீ மாறவே இல்லை
என்றுதான் உன்னிடம் சொல்ல விரும்புகிறேன்
சந்திப்போம்
போய் வா.

மனுஷின் கவிதைகள் பொதுவாக கண்ணீரை வேட்டையாடுபவை. அவரது ஒரு வரியை வாசித்துவிட்டு நான் சிரித்தது அநேகமாக இது முதல்முறை. அதிலும் குறிப்பாக இந்த வரிகளின் போது வாய்விட்டுச் சிரித்தேன் ...

நீ இப்படி திடுதிப்பெனெ
பஸ்ஸைப் பிடித்து வந்து இறங்கினால்
எனக்கு அலுவலகத்தில்
பெர்மிஷன் போடுவது
மிகவும் கஷ்டம் வாணிஸ்ரீ

கரிகாலனின் கவிதைகளில் ஆரம்ப காலம் தொட்டே ஆங்காங்கே சில துடுக்கான வரிகளைக் காணமுடிகிறது. அவரது சமீபத்திய தொகுப்புகளில் பகடி பிரதான இடத்திற்கு நகர்ந்து விட்டிருக்கிறது ...

ஒரு ஆமைக் கதை

பணிநிறைவு செய்த ஆமை
தன் நாற்காலியை வெறித்துப் பார்க்கிறது
பணிக்காலத்தில் அரசு விதிகளை
தாண்டாத அவ்வாமை
அலுவலக வாசலைத் தாண்ட
மிகுந்த துயர்கொள்கிறது
கடைசி வரை இரண்டே வார்த்தைகளைக் கொண்டு
தன் மேலதிகாரிகளை சமாளித்தது அவ்வாமை
அவ்விரண்டு வார்த்தைகளையே
பிள்ளைகளுக்கும் கற்றுக் கொடுத்தது
'எஸ்' . . . 'ஓகே'
இவ்விரண்டு வார்த்தைகளைக் கொண்டே
3 வீடுகள் 2 மகிழ்வுந்துகளை வாங்கியது
2 மனைவிகள் 3 பிள்ளைகள்
மற்றும் ஒரு காதலியையும் பராமரித்தது.
தன் தடித்த ஓடுகளை விடவும்
தன்னைப் பாதுகாத்தவை இரண்டு சொற்களே

என நம்பும் அவ்வாமை
தன் மிச்சநாட்களுக்கு
புதிய சொற்களைத் தேடும்
விஷப்பரிட்சையை மேற்கொள்ளவே இல்லை.

தமிழ்க் கவிதையில் ஞானக்கூத்தனுக்குப் பிறகு பகடி யின் அழகியலைத் துல்லியமாக்கியவர் என்று ஷங்கர் ராமசுப்ரமணியனைச் சொல்வேன். என்னிடம் சிலர் உங்கள் கவிதைகளில் ஞானக்கூத்தன் பாதிப்பு உண்டல்லவா? என்று கேட்டிருக்கிறார்கள். என்னை பாதித்த கவிஞர்களின் பட்டியலில் ஞானக்கூத்தன் இல்லை. ஆனால் ஷங்கர் உண்டு. அவரது 'சிங்கத்துக்குப் பல் துலக்குபவன்' என்கிற கவிதை புகழ்பெற்றது. புகழ்பெற்றதென்றால், ஷங்கர் ஹெல்மெட் போடாமல் போய் ட்ராஃபிக் போலீசிடம் சிக்கிக்கொண்டால் "சார், அந்த 'சிங்கத்திற்குப் பல் துலக்குபவன்' கவிதை இருக்குல்ல... அத எழுதியது நான்தான்" என்று சொல்லி தப்பித்துக்கொள்ள முடியாதபடி புகழ்பெற்றது.

கண்ணீரையும் நகையையும் ஒரு சேர வரவழைக்கும் அக்கவிதையை, தோல்வியுற்ற பாடகனொருவன் கரித்த மனமும், மலர்ந்த முகமுமாய் சமீபத்தில் சொல்லக் கேட்டேன்

சிங்கத்துக்குப் பல் துலக்குபவன்

ஒரு வேலைக்கும் பொருத்தமற்றவர் என
உங்கள் மேல் புகார்கள் அதிகரிக்க அதிகரிக்க
உங்கள் அன்றாட நிலைமைகளைக் கருத்தில் கொண்டு
உங்களுக்கு ஒரு எளிய பணி வழங்கப்படுகிறது.
ஊரின் புறவழிச் சாலையில் உள்ள
மிருகக் காட்சி சாலையின் சிங்கத்துக்கு
பல்துலக்கும் வேலை அது
காவல் காப்பவனும் நீங்களும்
கூண்டில் அலையும் பட்சிகளும் மிருகங்களும்
உங்கள் மனஉலகில்
ஒரு கவித்துவத்தை எழுப்புகின்றன
அதிகாலையில் பிரத்யேக பேஸ்ட்டை பிரஷில் பிதுக்கி
உங்கள் பணியிடத்திற்கு ஆர்வத்தோடு கிளம்புகிறீர்கள்
அதிகாலை
மான்கள் உலவும் புல்வெளி
உங்கள் கவித்துவத்தை மீண்டும் சீண்டுகிறது
முதலில் கடமை
பின்பே மற்றதெல்லாம் எனச் சொல்லிக்கொள்கிறீர்கள்
கூண்டை மெதுவாய்த் திறந்து மூலையில்
விட்டேத்தியாய் படுத்திருக்கும் சிங்கத்திடம்
உங்களுக்குப் பணி செய்வதற்கு நியமிக்கப்பட்டுள்ளேன்
நீங்கள் ஒத்துழைக்க வேண்டுமென்று

பழைய யானைக் கடை

விவரத்தைக் கூறி பிரஷை காட்டுகிறீர்கள்
ஒரு கொட்டாவியை அலட்சியமாக விட்டு
வாயை இறுக்க மூடிக்கொள்கிறது சிங்கம்
ஸ்பரிசம் தேவைப்படலாம் என ஊகித்து
தாடையின் மேல்புறம் கையைக் கொண்டு போகிறீர்கள்
சிங்கம் உறுமத் தொடங்கியது
கையில் உள்ள பிரஷ் நடுங்க
உங்களுக்கு பிரஷ் செய்வது
என் அன்றாட வேலை
அது எனக்கு சம்பளம் தரக்கூடியது
எவ்வளவு நாற்றம் பாருங்கள்
உங்கள் பற்களின் துர்நாற்றம் அது
சிறிது நேரம் ஒத்துழையுங்கள்
மீண்டும் சிங்கம் உறுமுகின்றது
அது பசியின் உறுமலாகவும் இருக்கலாம்
நீங்கள் மூலையில் சென்று அமர்கிறீர்கள்
காலையின் நம்பிக்கையெல்லாம் வற்றிப் போக
பக்கத்து கூண்டுப் பறவைகளிடம்
வழக்கம் போல
பணி குறித்த முதல் புகாரைச் சொல்லத் தொடங்குகிறீர்கள்
எனது வேலையை ஏன் புரிந்துகொள்ள மறுக்கிறது சிங்கம்
பறவைகள் ஈ... ஈ... எனப்
புரிந்தும் புரியாமலும் இளித்தன.
கூண்டைச் சுற்றி மரங்கள்
படரத் தொடங்கும் வெயில்
வாயில் காப்போன் உங்களைப் பார்வையிட
தூரத்தில் வந்துகொண்டிருக்கிறான்.

ஷங்கரின் இன்னொரு கவிதை...

ஒன்று மற்றதை அறியத் தொடங்குகிறது

ஒரு பிரக்ஞை
நெரிசலான சாலையில் பைக் ஓட்டுகிறது
இன்னொரு பிரக்ஞை
நிச்சிந்தையுடன் தெருவைக் கடக்கிறது
இரு பிரக்ஞைகள்
இரு பிரபஞ்சங்கள்
மோதிக்கொள்கின்றன
அப்போது ஓருலகம் கருக்கொள்கிறது
முதல்முறையாக ஒரு பிரக்ஞை
மற்றதை அறியத்தொடங்குகிறது
“ங்கோத்தா” என்கிறது
பைக்கில் வந்த பிரக்ஞை
ஏன்டா தாயோளி என்கிறது
குறுக்கே கடந்த பிரக்ஞை

பாலும் தெளிதேனும் பாகும் பருப்புமிவை நாலும் கலந்து வைத்தது போல் இனிக்கிறது இக்கவிதைக்குள் வரும் “ங்கோத்தா” என்கிற வசை.

சமகால பெண்கவிதைகளில் விளையாட்டை குறைவாகவே காணமுடிகிறது. அதன் தீவிரத்தன்மைக்கான காரணத்தை நம்மால் புரிந்துகொள்ள முடிகிறது. அவர்கள் தங்கள் பாடுகளை, சிக்கல்களை இப்போதுதான் வெளிப்படையாகப் பேசத்துவங்கி இருக்கிறார்கள். பேசிக்கொண்டிருப்பதற்கே மோசமான வசைகளை அவர்கள் எதிர்கொள்ள வேண்டியிருக்கிறது. இதில் விளையாடுவது குறித்து யோசித்துப் பார்ப்பது சிரமம்தான். எனினும் சில விதிவிலக்குகள் உண்டு. பெருந்தேவியின் கவிதைகளை பிரதான விதிவிலக்காகச் சொல்லலாம். இவரது சமீபத்திய தொகுப்புகளில் விளையாட்டு உச்சத்தைத் தொட்டிருக்கிறது. ஒரு கவிதைத் தொகுப்பின் தலைப்பே விசித்திரமானதுதான். "பெண் மனசு ஆழம் என 99.99 சதவிகித ஆண்கள் கருதுகிறார்கள்" என்று நீள்கிறது தலைப்பு. தலைப்புக் கவிதை இது...

இதில் பலருக்கு தொந்தி தொப்பை
சிலருக்கு மூச்சிரைப்பு
அதனால்தான்
கோவணத்தையாவது பாக்ஸரையாவது
அணிந்துகொண்டு முக்குளித்து
குத்து மதிப்பாக எத்தனை அடி
அளந்துதான் சொல்லுங்களேன் என
அவர்களிடம் நாம் கேட்காமலிருக்கிறோம்
என்கிறாள் என் அம்மா

பெருந்தேவியின் '68வது பிரிவு' எனக்கு மிகவும் பிடித்த கவிதை. நவீனக் காதலின் வினோதமான சிக்கல்களைப் பாடுகிறது இது...

68வது பிரிவு

கந்தசாமிக்கும் லதாவுக்கும் இது
68வது பிரிவு.
முதல் 2 தடவை
இருவரும் தற்கொலைக்கு
முயல நினைத்தார்கள்
தனித்தனியாக;
அடுத்த 8 தடவை
வாழ்த்துகளோடு குட்பை சொல்லிக்கொண்டார்கள்.
1 முறை தன் உள்ளங்கையில்
அவன் பார்க்க பிளேடால் கீறிச்சென்றாள் லதா.
இருவருக்கும் சங்கேதமான
பாடல் வந்த தொலைக்காட்சியைக்
குத்தி உடைத்தான் கந்தசாமி 1 முறை.
கண்ணீர் நனைத்த கண்ணாடி
பிரிவின் தடயச் செல்வத்தை
லதா துடைக்கவில்லை 1 தரம்.
முதல்முத்தம் கொடுத்தபோது

அவள் ஈஷிய சட்டையை
எரித்துப்போட்டான் கந்தசாமி 1 தரம்.
4 தடவை லதாவும் 1 தடவை கந்தசாமியும்
தொலையுறவில் கதறியழுது அவரவர் முன்பிருந்த
மடிக்கணினிகளை நனைத்துக் கெடுத்ததும் உண்டு.
கந்தசாமி அவளைப் பார்க்காமல்
மின்னஞ்சல் மட்டும் போட்டுக்கொண்டிருந்தான்
அது 1/2.
லதா அவனைப் பார்த்தபடியே
அவனைப் பார்க்கவேயில்லை, அது இன்னொரு 1/2.
3 முறை லதா கந்தசாமியையும்
3 முறை கந்தசாமி லதாவையும்
பரஸ்பர அன்பில் சந்தேகித்துப் பிரிந்தார்கள்.
(அவன் கனவில் அனுஷ்கா அரைகுறையாய் வந்ததும்
இவள் தன் கனவில் அதை முழுசாய்க் கண்டதும்
இதில் அடக்கம்)
சந்தேகத்தை மனதில் வைக்காமல்
லதா சொல்லித்தொலைத்ததால்
கந்தசாமிக்குப் பிரிய 1 வாய்ப்பு.
அப்படி அவன் பிரிந்ததால்
லதாவுக்கும் சண்டைப்போட 1 வாய்ப்பு.
சேர்ந்திருந்தபோதே லதாவோடு
7 தடவை
பிரிந்துதான் இருந்தான் கந்தசாமி.
அவ்வளவு மோசமில்லை லதா.
1 தடவை இன்னொருவன்
தன்னைக்கொஞ்சியதற்காய்
2 முறை தானாகவே பிரிந்து
கந்தசாமியைத் தண்டித்தாள் மாதர் சிரோமணி.
லதா ஒரு கவிதை எழுதியதற்காக
1,
கந்தசாமி அவள் கவிதைகளைப் படிக்காததற்காக
8,
மனதில் பிரிந்திருக்கிறார்கள்.
ஓரேவழியாக அவள் தொல்லை ஒழிய
சாமியிடம் நின்று புலம்பினான் கந்தசாமி 1 நாள்.
அன்றிரவே சாமியாடி
லதா அவனை மீட்டுக்கொண்டாள்.
ஸ்தூலத்திலிருந்து சூட்சுமமாய் உறவு பயணிக்க
யாஹூ கணக்கை (அவளுக்கெனத் தொடங்கியது)
7 முறை கந்தசாமி மூடிப்போட்டான்
போட்டிக்கு லதாவும் 6 முறை யாஹூ லிஸ்ட்டில்
அவனை நீக்கி முறித்துக்கொண்டாள்.
இன்னும் சில பிரிவுகள்
அவர்களுக்கே நினைவில்லை.
68 பிரிவுக்கு ராசியான இலக்கம்,
நவக்கிரக ராசிக்கல் சோசியர்
சொல் மட்டுமே நினைவில் இருத்தப்

பிரயத்தனப்படுகிறான் கந்தசாமி.
தூது செல்லப் புழுபூச்சியைக்கூடத்
தேடுவதாக இல்லை லதா.
69, 77, 88
அவர்களுக்காகப்
பொறுமையாகக் காத்திருக்கின்றன.
90 – இல்
நிற்கும் மரணம் மட்டும்
வரிசையில்
முந்தத்துடிக்காமல் இருக்கட்டும்.

                                              (உலோக ருசி)

மேலும் சில கவிதைகள் ...

கேசவா

மூன்றாம் முறையாக
விபத்தை எதிர்த்து
வீடு மீண்ட என்னிடம்
அத்தையொருத்தி
கேசவா கேசவா என்று
இனியாவது சொல்லென்றாள்.
கேசவனைக் கூப்பிட்டால்
வாசல் வரும் விபத்து
வராந்தாவில் நின்றுவிடுமாம்.
அன்றிலிருந்து
ஆகாயம் முதல் நிலம் வரை
எதில் வேகஞ் சென்றாலும்
சொல்ல மறப்பதில்லை.
ஒருமுறை
தூக்கத்தில்
கேசவா என்றேன் போல.
கனவில்
என்னோடு
இயக்கத்திலிருந்த
சிநேகிதன்
கோபித்துப்போனவன்தான்.
இதுவரை
கண்ணுக்குத் திரும்பவில்லை.

                                              (உலோக ருசி)

வரிசை 1: தேசபக்தி

இரைதின்ற மலைப்பாம்பு வரிசை
வால்நுனியில் இளம்பெண்
கால் மாற்றிக் கால் மாற்றிச்
சமாளிக்கிறாள்
எட்டியெட்டிப் பார்க்கிறாள்
செல்லா நோட்டுகளின்
தலைத் தோரணம்

நாக்கு வறள்கிறது
உடல் நசுங்கிய தண்ணீர் பாட்டிலைக்
கைப்பையிலிருந்து எடுக்கிறாள்
குடிக்காமல் வைக்கிறாள்
முட்டுகிறது மக்கு அடிவயிறு
அதற்கு தேசமும் தெரியவில்லை
பக்தியும் தெரியவில்லை
நரி–பரி சிவபெருமான்
தற்காலிகக் கணக்கிலாவது
அவளை ஆணாக்கினால்
அவரசத்துக்கு இருக்க
வசதியாயிருக்கும்
பக்கத்தில் ஏதாவது சந்து கிடைக்கும்
உருப்படியான ஒரு திருவிளையாடல்
அவர் *resume* – வுக்கும்
மகிமை சேர்க்கும்

(வாயாடிக் கவிதைகள்)

நவீனத் தமிழ் எழுத்து

வெள்ளையும் சொள்ளையுமாய் ஆடும்
நுணாப்பூவுக்கும் ஒரு கஷ்டம்
அவசாரி தன் கணவனிடம் செய்த சத்தியம் மாதிரியென
அதன் மணத்தைப் பற்றி
எழுதிவிட்டாராம் முன்னோடி எழுத்தாளர்
என்னிடம் முறையிட்டது
இத்தனைக்கும் அதற்கின்னும்
திருமணம் கூட ஆகவில்லை
அதற்குள்
இப்படியோர் உவ மானக் கேடு!

**(பெண் மனசு ஆழம் என
99.99 சதவிகித ஆண்கள் கருதுகிறார்கள்)**

கலி முத்திவிட்டது

முன்பு போலெல்லாம்
காதலர்கள் இப்போதில்லை
குட்டி நீல ஆர்ட்டின்களை அவளைத் தவிர
வேறு யாருக்கும் அனுப்பமாட்டேனென்று
உறுதியளிக்க அவன் தயாராக இல்லை
அவனோடும் இன்னொருத்தனோடும் ஒரே சமயத்தில்
ஈர அரட்டையில் ஈடுபடமாட்டேனென்று
உத்திரவாதம் தர அவளும் தயாராக இல்லை.

**(பெண் மனசு ஆழம் என
99.99 சதவிகித ஆண்கள் கருதுகிறார்கள்)**

பொதுவாக இவ்வளவு தூரம் விளையாடுகையில் கவிதை கொஞ்சம் தளரவே செய்யும். இத்தளர்ச்சி ஒருவித கச்சித மின்மையை உருவாக்கும் ஆபத்துண்டு. ஆனால் சொற்சிக்கனம்

என்கிற விசயத்தில் பெருந்தேவி மிகவும் கவனமாகவே இருக்கிறார். 'கலி முத்திவிட்டது' என்கிற கவிதையில் "ஈர அரட்டை" என்கிற புதிய சொற்கட்டை உருவாக்கி வழங்கியிருப்பது இதை உறுதி செய்கிறது.

லீனா மணிமேகலையின் சமீபத்திய தொகுப்பான 'சிச்சிலி' தொகுப்பின் ஒரு சில கவிதைகளில் துடுக்கான ஒருத்தியைக் காண முடிகிறது. இந்தக் கவிதை 'ஓ . . . காதல் கண்மணி' என்று பெயரிடப்பட்டிருக்கிறது. ப்ரெஞ்ச் காதல், ஸ்பெனிஷ் காதல், சீனக் காதல், ஆங்கிலக் காதல் என உலகு முழுக்கச் சுற்றி வருகிறது கவிதை. போர்த்துவா வைன், சயன் நதிக்கரை, ஈபில்டவர், குட்டைப்பாவாடை, ஊசி ஹீல்ஸ், சல்சா, லில்லி மலர்கள், ஷாம்பேன் எனக் கண்டுவிட்டு கடைசியில் தமிழ்க்காதலை காண வருகிறது . . .

ஓ காதல் கண்மணி

இன்று நாம் பிரஞ்சு காதல் செய்வோம் என்று அறிவித்தேன்
பருவம்?
கார்காலம் தான் எனக்கு விருப்பம்
போர்துவா வைன் பர்மா பஜாரில் ஐயாயிரம் ரூபாய்
பரவாயில்லை பஷீர் கடனுக்குத் தருவான், தொலைபேசு
சுட்ட கராய்ஸோ, எஸ்ப்ரஸோ வுக்கு என்ன செய்யலாம்
சயன் நதிக்கரைக்குப் போவோம் வா
நாக்குகளைப் பின்னிக்கொண்டோம்
ஈஃபில் டவர் விறைப்பு வேண்டும்
அப்படியென்றால் நீ சொ்கெய். நான் பிரிஜ்ஜெட்
ஜேதாய்மே பாடலை ஒலிக்கவிடு
பின்புறம் நான்
முன்புறம் அவன்
மல்லாக்கப் படுத்துப் பேசினால்தான்
பிரஞ்சு பிரஞ்சு மாதிரி கேட்கும்
ஹாஹாஹா
சாடைப் பேச்சுக்கு குறைச்சல் இல்லை

உன்மேல் கிளைவ் கிறிஸ்டியன் வாசம் அடிக்கிறது
நீ என் கள்ளக் காதலன்
ஆம் நாம் இப்போது நிஜமாகவே கதாபாத்திரங்கள்
ஐயோ, என்னிடம் உறை இல்லை
சரி நாம் இப்போது ஸ்பானிஷ் காதலர்கள்
ஏன்
ஸ்பானிஷ் குடும்பங்களுக்கு காதலர்கள் தொலைபேசினால் போதும்
உறையோடு வந்துவிடுவார்கள்
சிரமமென்றால் மாட்டிக்கூட விடுவார்கள்
அவ்வளவு பாசம்
ம், அதுவரை சல்ஸா பயிற்சி செய்யலாம்
உன் குட்டைப்பாவாடை, ஊசி ஹீல்ஸுக்கு வேலை தருவோம்

விவா லா விடா
எஸ்ட்ரெல்லா, க்யுரோ பெஸார்டே
உதடுகளைக் கடித்து முத்தமிட்டுக்கொண்டோம்
நீலத் திராட்சைகளின் சிவப்பு விதைகளாய்
காலத்தை உருட்டி விளையாடினோம்

நீ கர்ம முத்திரை
நான் ஞான முத்திரை
அப்படியென்றால் நம் காதல் சீனக்காதல்
ஒருவருக்கொருவர் விசிறியானோம்
பன்றிக் கறி குளம்பாய் மணந்து
மஞ்சள் காய்ச்சலாய் படர்ந்தோம்
ஆசை வார்த்தைகளுக்குள் காற்றை நிரப்பி
மூக்கால் பேசி கிசுகிசுத்தோம்
இதோ உனக்கு லில்லி மலர்கள்
இரு, இன் தி மூட் ஃபார் லவ் வயலினை இசைக்கிறேன்
பெரிய சுவர் குடைந்து டிராகன் போலக் கலவி கொண்டோம்

கண்ணே நீ ஏன் சீக்கிரம் உச்சமடைந்தாய்
என் மேல் மோகம் குறைந்துவிட்டதா
கனவான் போல அவன் அடிக்குரலில் பேச
நான் ஒப்பனை கலைந்த சீமாட்டியாக மெய் வருந்த
ஆங்கிலக் காதலுக்குத் தாவினோம்
ஷாம்பேன் உடைத்து
நிச்சயதார்த்த மோதிரங்களை மாற்றிக்கொண்டோம்
பனிக்காலம் முடிய இன்னும் மூன்று மாதங்கள்
கோடையில் தாஜ்மகால் செல்ல வேண்டும்
ஒத்திகை போல ஆடை களையாமலேயே
உடலுறவு கொண்டோம்
பாவனை உச்சத்தைப் பரிசளித்துக்கொண்டோம்

ஏன் என் பெயர் சொல்லி முனகவில்லை
எனக்குத் துரோகம் செய்கிறாயா
உஷ் சத்தம் போடாதே
தமிழ்க் காதலுக்கு மாறினோம்
டிவி சத்தத்தை அதிகரித்து வை
அத்தை, குழந்தைகளுக்கு கேட்டுவிடப் போகிறது
ஐயோ, மெதுவாக செய்
சிகரெட்டை விட மாட்டாயா
மொத்தம் மூன்று நிமிடம்
முடித்துவிட்டு கழிவறைக்குப் போனான்
நான் மாடியில் கொடியில் காயப்போட்ட துணியை மடிக்கப் போனேன்

'சிச்சிலி' தொகுப்பிலிருந்து இன்னொரு கவிதை...

என் யோனியை வீட்டிலேயே மறந்து வைத்துவிட்டேன்

நீங்கள் என் கவிதைகள் குறித்துப் பேசுவதற்கு
அழைத்திருந்தீர்கள்

என் காதல் கவிதைகளில் வரும்
'அவள்' நான் அல்ல
இதைச் சொல்லி முடிக்கும்போது
இரண்டாவது கப் காஃபியின்
இறுதித் துளியைப் பருகிக்கொண்டிருந்தேன்

அப்போது உங்கள் மனைவியிடமிருந்து
நான்காவது தொலைபேசி அழைப்பு வந்தது
இரவு உணவு குறித்துப் பேசினீர்கள்
ஒரு இடைவெளியில்
உங்கள் மனைவிக்கு இலக்கியம் பிடிக்காது
இலக்கியம் எழுதும் பெண்களை அறவே பிடிக்காது
என்று சொல்லிவிட்டுச் சிரித்தீர்கள்

உங்கள் புத்தகத்தில்
அந்த 27வது கவிதையில்
ஏழாவது வரியில்
மூன்றாவது சொல்
என சற்றுத் தடுமாறினீர்கள்

அதில் வரும் யோனி என்னுடையதுதான்
ஆனால் பாருங்கள்
வீட்டிலேயே மறந்து வைத்துவிட்டேன்.

முகுந்த் நாகராஜனின் கவிதைகளில் குழந்தைகள் விளையாடுகிறார்கள். குழந்தைமையும் விளையாடுகிறது. எப்போது நினைத்துக் கொண்டாலும் என்னைப் பரவசப்படுத்தும் கவிதை இது...

குழந்தைகளின் ஜன்னல்கள்

இப்போதுதான் கிடைத்தது ஜன்னல் சீட்
உடனே இறங்கச் சொல்கிறாள் அம்மா
வீடு இங்கேதான் இருக்கிறதாம்
இதெல்லாம் ஒரு காரணமா ?

"வீடு இங்கேதான் இருக்கிறதாம்" என்கிற வரியில் இருக்கும் இளப்பம் கவனிக்கதக்கது. "வீடு" என்கிற சொல் எவ்வளவு 'கனமான' ஒன்றாக இதுவரையிலும் இங்கு புழங்கப்பட்டு வந்திருக்கிறது. அதைத் தன் தலையைச் சுற்றி தூர எறிந்துவிட்டது இந்தக் குழந்தை.

மனிதமனத்தின் வினோதங்கள் வகைதொகையற்றவை. அது "வேண்டும்" என்பதற்கு "வேண்டாம்" என்பது போல் தலையாட்டும். "தவறு" என்று சொல்ல "சரி" என்கிற சொல்லைப் பயன்படுத்தும். லட்சியம் என்று கருதி, சமராடி வென்ற ஒன்றை கிடைத்த மாத்திரத்தில் அலட்சியம் செய்யும். இப்படி எத்தனையோ வினோதங்கள். அதில் ஒன்று...

அறிவிக்கப்பட்ட மின்வெட்டு

தோசைமாவை அரைத்து முடித்தாயிற்று
மோட்டார் போட்டு தண்ணீரை மேலே ஏற்றியாகிவிட்டது
எட்டு மணிக்குள் பாதுகாப்பான இடம் தேடி
உட்கார்ந்தாகிவிட்டது.
8.00 ஆயிற்று
மின்வெட்டு ஆகவில்லை
8.01 ஆயிற்று
8.02 ஆயிற்று
பதட்டம் நீடிக்கிறது.

முகுந்தின் இன்னொரு கவிதை ...

ஒரே நாளில்

நீ என் காதலை மறுத்த
அதே நாள் மாலை
எங்கள் தெரு சலவைக்கடை
இடம் மாறி
வெகு தொலைவுக்குச் சென்றது.
இப்படி
ஒரே நாளில்
எல்லோரும் என்னைக்
கை விட்டால் எப்படி ?

இரயில் முன் பாய்ந்து இரண்டு துண்டான காதலர்களின் ஆன்மாக்கள் கவிஞரை மன்னிக்கட்டும் ...

இளங்கோ கிருஷ்ணன் கவிதைகளில் முதல் தொகுப்பிலிருந்தே பகடியின் சாயல்கள் உண்டு. அவரது வர இருக்கும் கவிதைத் தொகுப்பிற்கு தலைப்பு 'பஷீருக்கு ஆயிரம் வேலைகள் தெரியும்.' இக்கவிதையின் தொனி பகடி சார்ந்ததுதான். வெயிலின் கவிதைத் தொகுப்பான "கொஞ்சம் மனது வையுங்கள் தோழர் ப்ராய்ட்" என்பதிலும், தலைப்புக் கவிதையில் பகடி இயங்கவே செய்கிறது. ஆனால், கொஞ்சம் அமர்த்தலான விதத்தில்.

பஷீருக்கு ஆயிரம் வேலைகள் தெரியும்

வைக்கம் முகம்மது பஷீர்
கேரளத்தின்டே சூஃபி
அவருக்கு ஆயிரம் வேலைகள் தெரியுமாம்
அவர் பார்த்த முதல் வேலை
குரங்குக்குப் பேன் பார்ப்பது
சாதரணக் குரங்கு இல்லை
பைத்தியம் பிடித்த பெரும் மசைக் குரங்கு
இன்னொரு வேலை
சுமை கழுதைகளை மலையேற்றுவது
பஷீர் கழுதை ஒன்றை

இழுத்துக்கொண்டு போகும் சித்திரம்
சிலுவை சுமக்கும் தேவகுமாரனுக்கு நிகரானது
வேறொரு வேலை
குட்டிச்சாத்தான்களை கட்டிவைப்பது
பஷீர்
ஒரு குட்டிச்சாத்தனைக் கட்டிவிட்டு
இன்னொன்றை துரத்திக்கொண்டு ஓடும்போது
முதல் சாத்தான் தப்பித்துக்கொள்ளும்
நான்காவது வேலை
கொஞ்சம் கவித்துவமானது
பேய்களை சிங்காரித்து மேடைக்குக் கூட்டி வருவது
இப்படியாக பஷீர்,
தன் ஆயிரமாவது வேலையில்
மூச்சிரைத்துக்கொண்டிருந்த போது
அல்லா அவர் முன் தோன்றினார்
மோனே பஷீர்!
என்னைத் தெரியலையா ?
பஷீர்
ஸ்டைலாய்ப் பீடி வலித்துக்கொண்டே சொன்னார்
தெரியாம என்ன அச்சனே!
நான் கண்ட
குரங்கும், கழுதையும்
குட்டிச்சாத்தானும் பேயும்
நீ தன்னே . . .

கொஞ்சம் மனது வையுங்கள் தோழர் ஃப்ராய்ட்!

நான் ஒரு நீண்ட துப்பாக்கியைக் கனவு கண்டேன்
நிச்சயமாக அது பாலியல் கனவு அல்ல மிஸ்டர் ஃப்ராய்ட்!
ராட்சத இயந்திரங்களால் குடைந்தெடுக்கப்பட்ட
மலைகளின் கொடுந்துளைகள் குறித்த கனவையும்கூட
என் மறையுறுப்போடு நீங்கள் தொடர்பு படுத்தக்கூடும்
தயவுசெய்து
உங்கள் கண்ணாடியை துடைத்துக்கொள்ளுங்கள் டாக்டர் ஃப்ராய்ட்!
என்னிடமிருப்பதிலேயே
பெரும்பிரச்சனைக்குரிய உறுப்பென்றால் அது
எனது இரைப்பைதான்
அரசு எங்களுக்கு பிரமாண்டக் கனவுகளை தந்திருக்கிறதுதான்
அதில் ஒரு துண்டைக்கூட உப்பிட்டு தின்ன இயலாது
தாழ்மையாகவே உங்களுக்குச் சொல்கிறேன்
உங்களால் புரிந்துகொள்ள இயலாது ஆய்வாளர் ஃப்ராய்ட்!
நாங்கள் வயிற்றால்கூட கனவு கண்டிருக்கிறோம்
நான் சாமான்யை
எனக்குக் குழந்தைகள் இருக்கின்றன
உங்களிடம் சிறு உதவி வேண்டும் நண்பர் ஃப்ராய்ட்!
ஓர் எளிய நீதிக்காக
சட்டத்திற்கு கேட்காதவாறு
ஐந்து தோட்டாக்களை நான் ‘பயன்படுத்தி’விட்டேன்

நீங்கள் மனதுவைத்தால்
தடயங்களேதுமின்றி
அதை ஒரு கனவாக மாற்றிவிடலாம்.

கண்டராதித்தனின் இந்தக் கவிதை இதன் எளிமையான மொழியாலும், அவரது வழக்கத்திற்கு மாறான சொல்லல் முறையாலும் தனித்துத் தெரிவது. ஒரு இலக்கியக் கூட்டத்தில் இக்கவிதையை வாசிக்கும்போது குரல் விக்கி அவமானப் பட்டிருக்கிறேன். ஆனால் இதில் நகையும் உண்டு.

முட்டாள்களிடம் கடவுள் அன்பாய் இருக்கிறார் என்பது உண்மைதான்

வித்வான் சண்முகசுந்தரம் ஒரு தவில்கலைஞர்
அவர் எல்லோராலும் முட்டாளாக
மதிக்கப்படுபவரென்றால் அது மிகையாகாது.
குறிப்பாக அவரது மூத்த சகோதரர் பாலண்ணன்.
எவ்வளவு நேர்த்தியாக அடித்தாலும்
ஒரு அடி பிந்திவிடுவது ஷண்முகத்தின் வழக்கம்.
அப்போதெல்லாம் பாலண்ணன் லாவகமாக
நாதஸ்வரத்தால் ஒரு இடியிடிப்பார்.
சிலர் இவரை "தனித்தவில் கலைஞர்" என்றும்
நகைச்சுவையாகக் கூறுவதுண்டு.
அன்று மாவட்ட எல்லையில் ஒரு வரவேற்பு நிகழ்ச்சி.
வாசித்துக்கொண்டிருந்த நூறுவித்வான்களில்
ஸ்ரீமான் ஷண்முகசுந்தரம்
ஒன்று முதலாவதாகயிருந்தார்
அல்லது கடைசியாக இருந்தார்.
நிகழ்ச்சி முடிந்து
செம கடுப்பில்
அவரை அம்போவென கைவிட்டுக்கிளம்பினர்.
தான் ஒரு முட்டாள் என்பதையறியாத
ஷண்முகசுந்தரம்
உண்மையாகவே தனித் தவிலடித்தபடி
நெடுஞ்சாலையில் நடக்கிறார்.
டாரஸ் லாரியில் வந்த கடவுள்
நிறுத்தி
ஏறிக்கொள்கிறீர்களா என்று கேட்டார்.
அப்போது ஸ்ரீமான்
ஷண்முகசுந்தரத்திற்குப் பெருமை பிடிபடவில்லை.

"தனித்தவில் கலைஞர்" என்கிற கிண்டலின் மேல் "முட்டாள் களிடம் கடவுள் அன்பாய் இருக்கிறார்" என்கிற அழுகை அமர்ந்துகொண்டு மறைக்கிறது.

பாரதியின் 'கண்ணன் பாட்டு' நமக்குத் தெரியும். இந்தக் கவிதைகளின் மீது இன்னும் காலத்தின் புழுதி படியவில்லை. செல்மா ப்ரியதர்ஷன் ஒரு 'கண்ணன் பாட்டு' எழுதியிருக்கிறார்.

இது நவீன காலத்தின் பாட்டு. 'கண்ணன் பாட்டு' என்கிற தலைப்பில் நான்கு கவிதைகள் எழுதியிருக்கிறார். அதில் ஒன்று இது...

கண்ணனல்லாதவனோடு நேர்ந்துவிட்ட ராதாவின் தொலைபேசி உரையாடல்

கண்ணா எங்கிருக்கிறாய்
உங்களுக்கு யார் வேண்டும்
நீ கண்ணனில்லையா
உங்களது எண்ணைப் பரிசோதிக்கவும்
கண்ணா உன் விளையாட்டுக்கான நேரம் இதுவல்ல
உண்மையாகவே நான் கண்ணனில்லை
என்மேல் ஏதும் கோபமா உனக்கு
நீண்ட நேரம் காத்திருக்கிறேன்
இந்த முத்தத்தை வைத்துக்கொள்
விரைந்து வந்தால் இன்று அனுமதிப்பேன்

ஐயோ நான் ஏன் கண்ணனில்லை
கண்ணனில்லாத துயரத்தோடு
இந்த முத்தத்தை என்ன செய்ய

உண்மையாக நீ கண்ணனில்லையென்றாலும்
வேண்டுமானால் இந்த எண்ணை சேமித்துக்கொள்

சரி உன் பெயர் என்ன
ராமன்

ஒருமுறைகூட நேரில் பார்த்தறியாத ஒருவருடன் தன் நிர்வாணத்தை 'வீடியோ சாட்டில்' பகிர்ந்துகொள்ளும் நவீனக் காதலின் சொற்கள் இவை.

"தமிழ்க் கவிதையின் கரையில் ஒதுங்கி நிற்கும் வினோத உயிர்" என்று நரனின் கவிதைகள் குறித்து முன்பு எழுதியிருக்கிறேன். அதன் உடல் தனித்துவமானது. ஆனால் அவர் கவிதைகளின் வினோதம் துடுக்குத்தனத்தோடு வெளிப்படுவதில்லை மாறாக தீவிரத் தன்மையோடோ அல்லது ஒரு வித மேஜிக் தன்மை யோடோ அக்கவிதைகள் நிறைவுபெறுகின்றன.

சிறிய தோட்டா

கடைசி மாவில் ஒரு குட்டி தோசை
குழந்தைக்கென
தைத்து மிஞ்சிய சிறு துணியில் குட்டி கீழாடை அவளுக்கு
உள்நாட்டுப் போரின் போது
அரசின் ஆயுதத் தொழிற்சாலைகளில்
மிஞ்சிய கடைசி உலோகத்தை வீணாக்காமல் ஒரு சிறிய தோட்டா
குழந்தையின் உடலுக்கென.

(ஏழாம் நூற்றாண்டின் குதிரைகள்)

பழைய யானைக் கடை

கம்பளம்

நீ ஆட்டை வரைவதை நிறுத்து
இரவெல்லாம் தலைமாட்டில்
மே . . . மே . . . வெனக் கத்துகின்றன அவை.
மணக்கும் காப்பிக் கொட்டைகளோடு கலக்கின்றன
அவற்றின் புழுக்கைகள்.
(வேண்டாம்.காப்பி கலக்காதே யெனக்கு)
சரி . . . சரி . . . குளிர்காலம் வருகிறது
இன்னும் இன்னும் கொஞ்சம் சுருள் . . . சுருள் முடி ஆடுகளை
வரை.
கம்பளமாகட்டும் அவை.

(லாகிரி)

இந்தக் கவிதையை அரிதான ஒரு விதிவிலக்காகக் கொள்ளலாம்.

~ மற்றபடி நாங்கள் காதலிக்கிறோம். ~

முதல்முறை என்னைப் பார்க்க வேண்டுமென்றவளுக்கு
மார்பு சளி சூழ்ந்த என் *'x-ray'* படங்களை அனுப்பிவைத்தேன்.
~அவள் மறுமொழியாக:
வெளியெடுக்கப்பட்ட தன் சிறுநீரகக் கற்களை
தபாலில் அனுப்பி வைத்தாள்.

பின்
பிடுங்கப்பட்ட தத்தம் சொத்தைப் பற்களையும்,
மழிக்கப்பட்ட தத்தம் அந்தரங்க வெள்ளை முடிகளையும்
பரிமாறிக்கொண்டோம்.

என் 57–ம் பிறந்தநாளுக்கென
நீக்கப்பட்ட அவளின் கர்ப்பப்பையை அனுப்பியிருந்தாள்.
~நான் மறுமொழியாக:
பூச்சியரித்த அவரை விதை போலிருக்கும்
பழுதடைந்து நீக்கப்பட்ட ஒற்றை கிட்னியை அனுப்பிவைத்தேன்.

நேரில் சந்தித்துக்கொள்ளும்பொழுது
சாக்கரை இல்லாத பச்சைத் தேத்தண்ணீர் அருந்த
தீர்மானித்திருக்கிறோம்.

அன்று முழுவதும் இருவரும்
எங்கள் செவிட்டுக் காதுகளின் வழியே பேசிக்கொண்டே இருப்போம்.

~ மற்றபடி நாங்கள் காதலிக்கிறோம். ~

(லாகிரி)

லிபிஆரண்யாவின் கவிதைகளை ஒரு வசதிக்காக வெளிப்படையான அரசியல் கவிதைகள் என்று சொல்லலாம். ஆனாலும் தத்துவப் பூசல்களுக்குள் சிக்கிக்கொள்ளாதவை.

தனக்கும் அமெரிக்காவிற்கும் ஒரு சம்பந்தமுமில்லை என்று இன்னமும் நம்பிக்கொண்டிருக்கும் எளிய மனிதர்களின் முன், அவர்களின் மொழியிலேயே பேச முயல்பவை. லிபியின் மொழிதலில் பகடிக்குப் பிரதான பங்கு உண்டு.

இந்தக் கவிதை போதை நேரப்பேச்சின் சாக்கில் "நிறைய" பேசிவிடுகிறது. நமது அன்றாடங்களுள் நம்மைக் கேட்காமல் நுழைந்துவிட்ட சமகால அரசியல் சிடுக்குகளைப் பேசுவதே லிபி கவிதைகளின் பிரதானப் பண்பாக இருக்க, இக்கவிதை வரலாற்றின் அரசியலோடு மோதுகிறது.

மிடறுகளினூடே எழும்பும் அறச்சீற்றம்

சொப்பனத்துள்ளும்
ஸ்கூட்டிகளை முந்தவியலாப்
பேராண்மை வாய்த்தோர் யாரும் வரலாம்
சட்டென சங்கப்பலகையாகும்
எமது மதுமேசை

கேவலம் மீசைமுளைத்த வண்டிகளைவிடவும்
ஸ்கூட்டிகள் உந்துதிறனற்றவையென
ஒரு மிடறு எந்திரவியலும்,
சதா அடைத்து நிற்கும் தெரு நாயே அவளை
இறக்கிவிட்டுப்பார் தெரியுமென
ஒரு மிடறு பெண்ணியமும்,
பேசியவாறு
அஃதோர் ஆதிச்சமூக வேட்டையின் பின் தொடரலென
சற்றே ராகுல்ஜியை ஊறுகாயாக்கலாம்.

ஜல்லித்தனத்திற்கு நான் ஜரிகை பின்னுவதாகப்
பிதற்றும் இவனை யார் அழைத்து வந்தது?

கொஞ்சம் எழுந்துகொள்ளுங்கள்

நொறுக்குத் தீனிக்குக் கேடாய்வந்த
இவன் பின்மண்டையைப் பிளக்க
இந்தச் சங்கப்பலகையே சரியானது

அடேய் ஒழுக்கசீலா
2000 வருஷமாய் ஜல்லியடித்த உங்கள் அறச்சாலையில்
ஒரு ஸ்கூட்டிக்கு வழிவிடுதலைவிடவும்
ஆகச்சிறந்த அறமுண்டா சொல்
அப்படியே ஒரு 5000 சொல்.

(உபரி வடைகளின் நகரம்)

சமகால அரசியல் நிகழ்வுகளில் பெரிதும் விவாதங்களுக்கு உள்ளான 'demonetization' மேற்கொள்ளப்பட்டபோது லிபி எழுதி தி இந்து நாளிதழில் வெளியான கவிதை . . .

சற்றே அகட்டி நில்லுங்கள் . . .

புலர்கையில்
வந்து நின்ற பிர்லாதான்
இந்நீள் வரிசையின் முதல் நபர்
என்ன பிரயோஜனம்
ஆதார் இல்லையெனில் இப்படித் தலை தொங்கத்
திரும்பத்தான் வேண்டும்

பசிக்கிறக்கம் காத்திருப்பின் வலியில்
கண்கள் பனிக்க மீளும் அவரை
பத்தாவது ஆளாய் நிற்கும் டாடா
ஆறுதலாய்ப் பற்றுகையில்
வரிசைக் குலைவுக்குச் சினக்கும்
அந்தக் காவலன்
மூங்கில் கழியில் நேர் செய்கிறான்
கறுப்பு நிறத்தில் மினுங்கும் சகல பண முதலைகளையும்.

கவுன்ட்டரிலிருந்து
நூறு மீட்டர் தொலைவிலிருக்கும் நான்
எனக்கு முன்னால் நிற்கும் முகேஷிடம்
அனில் பற்றிக் கேட்டிருக்கக் கூடாது
பால்யத்தில் சேமித்த மண் உண்டியலை உடைத்துக்
கொழித்துக்கொண்டிருப்பவனைப் பற்றி
ஒரு தேநீருக்கான சில்லறைக்கும் வக்கற்று நிற்கும் தன்னிடம்
பேச வேண்டாமெனத் திரும்பிக்கொள்கிறார்.

இந்த வரிசையில் அதானி இல்லையேயெனும்
உங்கள் கேள்வி உள்நோக்கம் கொண்டது
தன்னிடமிருந்த ஓரேயொரு ஐநூறையும்
பெட்ரோலுக்கு முறித்துக்கொண்ட ஒருவர்
ஏன் வந்து நிற்க வேண்டும்?

தேசபக்தர் நீங்கள்
சந்தேகிக்காதீர்
சந்தேகிக்கவும் அனுமதிக்காதீர்

நாம் வருந்தி எழுதிக்கொண்டிருக்கும்
இந்த தேசபக்தப் பரீட்சையின்
கேள்வித்தாள் சிலருக்கு கசியவிடப்பட்டது குறித்தும்
எறும்பு சாக்பீஸ் கொண்டு
டைனோசர்களைக் கட்டம்கட்ட முடியுமாவென்றும்
கறுப்பை ஒழிக்க நட்சத்திரக் கொடியுடன்
புதிய எஜமானன் அவதரித்த அதே நாளிலா
ஆச்சர்யம்தான் போங்கள் என்றும்
பெருகும் வாக்கியங்களிலிருந்து
சற்றே விலகியிருங்கள்

ஊழலற்ற தேசத்தை ஈனும்
மஹா யாகமிது

உங்கள் பங்குக்கு
ஒரு தேக்கரண்டி நெய்
அவ்வளவே

வாஸ்தவம்தான்
நகராத வரிசையொன்றின்
வால் பகுதியில் நிற்கும்
கால்கள் கடுக்கத்தான் செய்யும்
நவ பாரதப் பிரசவமல்லவா

பற்களைக் கிட்டித்துக்கொள்ளுங்கள்
முடிந்தவரை
கால்களை அகட்டி நில்லுங்கள்
இதோ . . . இதோ
உங்கள் கால்களுக்கிடையே
சத்தியத்தின் கவிச்சியொடு
ஊழல் பிசுபிசுப்பற்ற
பால பாரதம்
ஜனிக்கத்தான் போகிறது.

ராமச்சந்திரன்

ஆதிமூலமா என்றேன்
ஆதிமூலம் என்றான்.
உள்மூலமா என்று நான் கேட்கவுமில்லை
வெளிமூலம்தான் என்று அவன் சொல்லவுமில்லை

(தப்புகிறவன் குறித்த பாடல்)

இவன் நகுலனின் ராமச்சந்திரனை கேலி செய்ய வந்த லிபியின் ராமச்சந்திரன். இந்தக் கவிதை, தான் வந்த நோக்கத்தை நிறைவேற்றி விட்டு தூங்கிவிட்டது. கவிதை தீர்ந்துவிட்டது. நகுலனின் ராமச்சந்திரனோ இன்னும் விளையாடிக்கொண்டிருக்கிறான். அக்கவிதையின் புதிர்விளையாட்டு இன்னும் தீர்ந்தபாடில்லை.

போகன் ஷங்கரின் உரைநடையில் வெளிப்படும் பகடி பிரசித்தமானது. ஆனால் அதை அவரது கவிதைத் தொகுப்புகளில் அரிதாகவே காண முடிகிறது. இந்தக் கவிதை எனக்குப் பிடித்த மானது. கடைசி இரண்டு வரியை நீக்கிவிட்டு வாசித்தால் மேலும் துல்லியமடைகிறது இதன் பகடி.

யாரோ தட்டியது போல்
திடுக்கிட்டு எழுந்தது
பூனை

எழுந்த அதிர்ச்சியில்
மீண்டும்
படுத்துக்கொண்டது

பழைய யானைக் கடை

இந்தப் பூனைக்கு
புரட்சி
என்று பேர் வை
என்று நான் சொன்னது
யாருக்கும் புரியவில்லை.

(எரிவதும் அணைவதும் ஒன்றே)

சமீபத்தில் வெளியான சபரிநாதனின் 'வால்' தொகுப்பு பரவலான கவனத்தைப் பெற்றுள்ளது. சபரியின் கவிதைகளைப் பற்றி எழுதுகையில் கவிஞர் ந. பெரியசாமி "சாந்தமான பகடி" என்கிற சொற்சேர்க்கையைக் கையாண்டிருந்தார். எனக்கு இது மிகவும் பிடித்திருந்தது. 'சாந்தமான பகடி' சபரியின் கவிதைகளில் உண்டென்றுதான் நானும் நம்புகிறேன்.

காந்தி ஆசிர்வசிக்காத குழந்தைகள்

அட்டனக்கால் போட்டபடி இது என் தாத்தா சொல்லியது:
எனையள்ளி எடுத்துக்கொண்டு ஓடினார் என் தாத்தா
ரயிலடியில் இன்னும் அதிர்ந்துகொண்டிருந்தது தண்டவாளம்
ரயிலோ காந்தியை ரொம்ப தூரம் கடத்திப் போய்விட்டது
என் தாத்தாவோ ஒரு சர்பத் குடித்துவிட்டு
வந்து கொத்தத்தொடங்கினார் மீதி அம்மிக்கல்லை.

அவர் மட்டும் கொஞ்சம் விரசாய் ஓடியிருந்தால்
அவர் மட்டும் கொஞ்சம் தாமசித்திருந்தால் . . .
இப்படித்தான் எல்லோருமாய் சேர்ந்து
நாட்டைக் குட்டிச்சுவராக்கிவிட்டார்கள்.

கீழ் வரும் கவிதை நான்கு பகுதிகளைக் கொண்டது. அதில் ஒன்று மட்டும் இங்கே தரப்படுகிறது

மனித மூளை தொடர்பான சில சிந்தனைகள்

முகத்திற்கு சவக்காரம் போடுகிறேன்
உள்ளே பைத்தியக்கார பன்றி ஒன்று சாக்கடையை மொத்துகிறது
அது சலப்புவதை நிறுத்தும் வரை
நான் இப்படி
கழுவுதொட்டி மேல் குனிந்தவாறு அரக்கி அரக்கி தேய்த்துக்கொண்டே
இருக்கப் போகிறேன்
இன்னும் ஓர் அரை மணிநேரம் ஆனாலும் பரவாயில்லை.

அரைமணி நேரமா? ஆயுள் முழுக்கத் தேய்க்க வேண்டும் தம்பி!

இந்தக் கவிதை சுவாரஸ்யமானது. புத்துணர்ச்சி அளிக்க வல்லது . . .

வேண்டுதல்கள்

இளஓவியனின் டீசர்ட் வேண்டும்
துப்பறிவாளனின் வட்டத்தொப்பி வேண்டும்
வேட்டைக்காரனின் கைவிளக்கு வேண்டும்
அடக்கமான மதிய வேளையில்
அத்திப்பட்டி சரள் சாலையில்
இலங்கை வானொலியின் திரைச்சித்திரம் கேட்டுக்கொண்டே
பகறகனவிறகுள் பயணித்த
அம் மகா ஏகாந்தியின்
சிகப்பு நிற ட்ராக்டர் வேண்டும். முக்கியமாக
வானிலை ஆராய்ச்சி மையத்தில் ஒரு வேலை வேண்டும்
தொப்பியணிந்து கைவிளக்கேந்தி கோலாகலத்தை உடுத்திக்கொண்டு
நீர்ச்சலவை செய்த ட்ராக்டரில் அலுவலகம் செல்வேன் நான்
வங்கக்கடலில் உருவான புதுப்புயலுக்கு
முன்னால் காதலியின் பெயர் சூட்டுவேன்
தள்ளுவண்டியில் சென்னா கொதிக்கும் மாலைகளில் திரும்பும் எனக்கு
எதையும் திறக்கும்
சாவி வேண்டும் அதில்
வளையமிட்டுத் தொங்கும் நீலப் பளிங்கு இதயம் வேண்டும்.

எதையும் திறக்கும் சாவி என்கிற அசாதாரணமும், நீலப் பளிங்கு 'கீ செயின்' என்கிற சாதாரணமும் கலந்து உருவாகும் உணர்வு பரவசமளிக்கிறது.

பேயோன் ஆள் அடையாளமற்று மறைந்து வாழ்பவர். சிலர் அவரைக் கண்டுபிடித்திருக்கிறார்கள். கிசிகிசுக்கள் அதிவேகத்தில் பரவும் பேஸ்புக் யுகத்தில்கூடக் கண்டுபிடித்துவிட்ட யாரும் ஏன் வெளியே சொல்லவில்லை என்பது ஆச்சர்யமானதுதான். பேயோனின் கவிதைகளைச் சிலர் கவிதைகளாக ஏற்பதில்லை. அவரும் வற்புறுத்துவதில்லை. பெருந்தேவி, கவிதைக்குள் எவ்வளவு விளையாடினாலும், அது கவிதையாக இருக்க வேண்டும் என்பதில் கவனமாக இருக்கிறார். பேயோனுக்கோ விளையாட்டுதான் பிரதானம், கவிதை ஒரு பொருட்டில்லை என்பது போலவே நடந்துகொள்கிறார். ஆனால் அவருக்கு நல்ல கவிதையைத் தெரிந்திருக்கிறது. சில கவிதைகளை அவர் வேண்டுமென்றே மொன்னையாக்கி வைக்கிறார். ஆனால் அவரது எல்லா செய்வினைகளுக்கும் தப்பிப் பிழைத்துவிடுகின்றன சில கவிதைகள். இவரது 'ஹாக்கி' என்கிற கவிதை அப்படித் தப்பிப் பிழைத்த அரிதான கவிதைகளில் ஒன்று என்பது என் எண்ணம்.

சில கவிதைகளை மங்கலான அச்சில் யாரும் படிக்க முடியாதபடி அச்சாக்கியிருக்கிறார். சில கவிதைகளில் முன்னோடி

எழுத்தாளர்களை போலி செய்ய முயல்கிறார். இப்படி நிறைய குசும்பு உள்ளது அவரது 'வாழ்வின் இயக்கத்தில் மனிதனின் தனிமை' எனும் தொகுப்பில். இப்படி தத்துவார்த்தம் தொனிக்கும், அச்சுறுத்தும் தலைப்பின் கீழ் பேயோன் எழுதி வைத்திருப்பது. 'சாதாரண' மாமியார் மருமகள் பிரச்சனைதான். இருவருக்கு மிடையே அல்லலுறும் அப்பாவியைப் பற்றிய கவிதையிது. பேசிப் பேசி ஒரு சாதாரணப் பிரச்சனையாகக் கீழிறக்கப்பட்டுவிட்டதே ஒழிய, உண்மையில் அப்படியொன்றும் சாதாரணப் பிரச்சனை இல்லைதான் இது. இந்த இடத்தில்தான் பேயோன் நழுவிப் போகிறார் என்று படுகிறது.

இவரது அநேக கவிதைகளுக்கும் நகைக்க முடிகிறது. சில கவிதைகளுக்கு நகைத்தாலும் அதற்கு 'கவிதை அந்தஸ்தை' வழங்க முடிவதில்லை.

தொடாதே

டேய், தொடாதே!
அது இந்த அங்கிளுடைய
புதிய கவிதைத் தொகுப்பு
பார்த்தாயா,
கையெல்லாம் ஆகிவிட்டது பார்!

பேயோனின் ரசிகர்களால் இதன் மேலும் அர்த்தத்தை ஏற்ற முடியும். எதன் மேலும் அர்த்தத்தை ஏற்ற இயலும் அல்லவா?

சிலவற்றை வெற்று நகைச்சுவையென்றும், சிலவற்றை நகை எனும் மெய்ப்பாடு எழுந்து வரும் கவிதைகள் என்றும் சொல்லலாம்.

அந்த மாதிரிப் பெண்

அவனை அவள் ஏமாற்றிவிட்டாள்
அதனால் அவன் மனம் நொந்து
மும்பை போய்விட்டான் என்கிறார்கள்
ஏன், என்ன ஆயிற்று என்றால்
தெளிவான பதில் இல்லை
ரொம்ப அலையவிட்டாளாம்
அவனுடைய இம்சை தாங்காமல்தான்
அவனை விட்டுப் போனாள் என்று
நான் கேள்விப்படுகிறேன்.
இரண்டும் நடந்திருக்கலாம்
ஒன்று மட்டும்கூட நடந்திருக்கலாம்
அவளை நீ பார்த்திருக்கிறாயா?
இல்லை
நான் பார்த்திருக்கிறேன்

அந்த மாதிரிப் பெண் யாரை வேண்டுமானாலும்
எத்தனை பேரை வேண்டுமானாலும் ஏமாற்றலாம்
இந்த கௌரவம் புரியாதவர்கள்
அவளைக் காதலிக்க லாயக்கற்றவர்கள்

      (வாழ்வின் இயக்கத்தில் மனிதனின் தனிமை)

தாவர அன்பு

மதுரைக்குப் போவதாகச் சொல்கிறேன்
மதுரையிலென் மாமா வீட்டில் தங்கு என்கிறாய்
திருச்சிக்குப் போவதாகச் சொல்கிறேன்
திருச்சியில் பெரியப்பா வீட்டில் தங்கு என்கிறாய்
கோவைக்குப் போவதாகச் சொல்கிறேன்
கோவையில் கசின் வீட்டில் தங்கு என்கிறாய்
திருநெல்வேலி போவதாகச் சொன்னால்
சாந்தியக்கா புருஷன் உதவுவார் என்கிறாய்
அசௌகரியத்தின் நகத்துண்டால் நெருடுகிறாய்
யாரும் உதவாமல் நான் போக வழியுண்டா?
மாமாக்களே, பெரியப்பாக்களே
கசின்களே, சாந்தியக்கா புருஷன்களே
உங்கள் தூய்மையான தாவர அன்பிலிருந்து
தப்பிக்க வழி இல்லையா?

      (வாழ்வின் இயக்கத்தில் மனிதனின் தனிமை)

கலைஞர்கள் மனிதர்களா?

கலைஞர்கள் மனிதர்களா?
எப்படி மாறுபடுகிறார்கள்
நம்மிடமிருந்து அவர்கள்?
எங்கிருந்து வருகிறது இந்த ஆற்றல்?
ஒரு வண்ணத் தேன் குளத்தில்
நம் தலையைத் திரும்பத் திரும்ப
முக்கியெடுத்து மூச்சுத் திணறவைத்துக்
குறுக்கும் நெடுக்குமான மாஞ்சாக் கோடுகளில்
சிக்கிக் கூறுபட்டு ரத்தம் சிந்த வைக்கும்
மூர்க்கம் எங்கிருந்து வருகிறது?
நம்மைப் பரவசத்தின் வலியில்
திளைக்கச் செய்து பந்தாடும் உரிமையை
இவர்களுக்கு யார் கொடுத்தது?
எதிரிகளைப் போல் அல்லவா
நடந்துகொள்கிறார்கள்!

      (வாழ்வின் இயக்கத்தில் மனிதனின் தனிமை)

அழகிய மாற்றுப் பெண்கள்

மனைவியுடன் வெளியே செல்லும்போது
அழகிய மாற்றுப் பெண்களை எதிர்கொள்ளும் ஆண்,
அன்பின் விதிகளையும் இல்லற நியாயங்களையும்
எப்படிச் சமாளிக்கலாம்?

அழகு ஒரு கருத்தாக்கம்
அதன் எல்லைகளைச் சாத்தியங்களைத் தரிசிப்பது
அழகியல் ரீதியானதோர்த் தேடல்
பூராவும் தத்துவ ரீதியானதோர்ச் செயல்பாடு

எப்படி ஓர் ஓவிய மாணவனொரு
நிர்வாணப் பெண்ணைக் கண்ணால் பார்த்துக் கையால்
படமாகத் தீட்டுகிறானோ,

எப்படி ஓர் அறுவைச் சிகிச்சைக்காரன்
கத்தி, கத்தரிக்கோலால் செதுக்கி
வைத்தியம் புரிகிறானோ,

எப்படி ஒரு கணிதவியலாளன்
புதிய கணித சூத்திரத்தை உருவாக்கும்போது
மனித உறவுகளை இழுக்காமல் சிந்திக்கிறானோ
அது போன்ற திது

மனைவியுடன் வெளியே செல்லும்போது
அழகிய மாற்றுப் பெண்களை எதிர்கொள்ளும் ஆண்,
அன்பின் விதிகளையும் இல்லற நியாயங்களையும்
எதற்குச் சமாளிக்க வேண்டும்?

(வாழ்வின் இயக்கத்தில் மனிதனின் தனிமை)

விடாது தொடர்ந்து முன்வைக்கப்படும் எதுவும் திகட்டிவிடும். ‘நகையும்’ இதற்கு விதிவிலக்கல்ல. ஒரு கட்டத்தில் எனக்குப் பேயோன் திகட்டிவிடுகிறார்.

லட்சியவாதங்கள் தன்னுடைய கழுத்தைத் தானே அறுத்துக் கொண்ட பிறகு, அதன் இரத்தப்பெருக்கிலிருந்து விளையாட்டும் கேலியும் எழுந்து வருவது இயல்பான ஒன்றுதான். இன்றைய இளம்கவிஞர்கள் பலரிடமும் இந்த விளையாட்டு அம்சம் லேசாகவேனும் வெளிப்படுவதை காணமுடிகிறது. நாங்கள் 21ஆம் நூற்றாண்டின் பிள்ளைகள். எங்களுக்குப் பற்றிக்கொள்ள வலுவாக ஒன்றுமில்லை.

ஒரு முறை மனுஷ் என்னிடம் கேட்டார். “உங்க கவிதைக்குள்ள சினிமா அதிகமா வருதுன்னு குற்றம் சொல்றாங்களே ... நீங்க என்ன நினைக்கறீங்க...” நான் சொன்னேன், “தமிழ் வாழ்வோடு சினிமா இவ்வளவு கலந்துவிட்ட பிறகு அது கவிதைக்குள்ள வர்லைன்னாதான குற்றம் ...”

என்னுடைய கவிதைகளிலும் விளையாட்டு நிகழ்வதாகத்தான் நான் கருதிக்கொண்டிருக்கிறேன். வாசகன் சொஞ்சம் சிரிப்பதால் எந்தக்குடியும் முழுகிவிடாது என்றே நான் நம்புகிறேன். கவிதை உம்மணாம் மூஞ்சியாகத்தான் இருக்க வேண்டும் என்று ஒரு

கட்டாயமுமில்லை. விளையாட்டு, கவிதைக்கு ஒரு புத்துணர்வை நல்குகிறது. அந்த புத்துணர்வு வாசகனையும் தொற்றிக்கொள்கிறது. என் வாசகன் மேல் எனக்கு அன்பும் கருணையும் உண்டு.

இந்த இரண்டு கவிதைகளைப் பொறுத்துக்கொள் வாசகா ... என்னுடைய இரண்டு கவிதைகளையும் வரலாற்றில் நைஸாக செருகிவிட வேண்டும் என்பதற்காகத்தான், எவ்வளவோ சிரமங்களுக்கிடையே இந்தப் புத்தகத்தை எழுதுகிறேன். எனவே நீ பொறுக்கத்தான் வேண்டும். முதல் கவிதையில் சினிமாவே வருகிறது. இரண்டாவது கவிதையில் சினிமாவில் வருவது போன்ற ஒரு சண்டைக்காட்சி வருகிறது. இச்சண்டைக் காட்சி அக்கவிதையை சுவாரஸ்யமாக்குவதாகவே நம்புகிறேன்.

சினிமாவில் வருவதைப் போன்றே

சினிமாவில் வருவதைப் போன்றே
நெஞ்சைப் பிடித்துக்கொண்டு கீழே சரிந்தேன்.
சினிமாவில் வருவதைப் போன்றே
வாயிலிருந்து ரத்தம் கொட்டியது.

இனி எனக்கு
அழகாக ஒரு தாடி முளைக்குமா ?
ஜேசுதாஸைப் போலே கமகமிடுவேனா ?

சினிமாவில் வருவதைப் போன்றே
நான் ஒரு அகல்விளக்காக
காற்று வந்து என்னை அணைக்கப் பார்க்குமா ?

சினிமாவில் வருவதைப் போன்றே
மரணத்தின் மரத்தடியில்
எனக்கு ஞானம் பிறந்து விடுமா ?

சினிமாவில் வருவதைப் போன்றே
என் மனைவி
கடைசியாக
தன் பொட்டுத்தாலியையும் அடகுவைப்பாளா ?

சினிமாவில் வருவதைப் போன்றே
“ஒரே ஒரு முறை பார்த்துக்கொள்கிறேன்”
என்று கேட்டு,
என்னுடைய ஏழு காதலிகளில் எந்தக்காதலி
வாசலில் வந்து நிற்பாள் ?

(ஆட்டுதி அமுதே !)

சுபம்

அவன் இங்கு வந்ததே
அந்த வெள்ளிக்கிழமைக்காகத் தான்.
அதன் முலையழுந்த அணைக்கத்தான்.

புதன் வரை பொறுத்துவிட்டான்.
அதற்கு மேல் ஆகவில்லை.
இந்த வியாழன் ஓர் இடைஞ்சல்
ஒரு வாய்க்காலை தாண்டிக் குதிப்பதைப் போலே
அதைக் கடந்துவிடத் துடித்தான்
தன்னை ஒருவன் தாண்டிப் போவதைப் பொறாது
வியாழன் வாய் பிளந்து கத்தியது.
வண்டி நிறைய ஆட்களை அனுப்பியது
காதலின் கனலி
சில மண்டைகளை உடைத்துப் போட்டான்
சில கால்களை முறித்துப் போட்டான்
சில தலைகளை திருப்பி வைத்தான்
கடைசியில் ஒரு தந்திரன்
புதனின் கழுத்தில் கத்தியை வைத்துப் பிடித்துக்கொண்டான்
காலம் ஸ்தம்பித்து நின்றுவிட்டது
வேறு வழியற்ற காதலன்
“வெள்ளி வேண்டும் . . .”, “வெள்ளி வேண்டும்”
என்றவன் காலில் விழுந்து கதறினான்
வெற்றி தந்த களிப்பில்
அவன் அண்ணாந்து சிரிக்க,
கண் பிழைத்த அக்கணத்தில்
அவன் கால்களை பற்றியிழுத்து
ஓங்கித் தரையில் அடித்தான்
ஓடினான் . . . வேகமெடுத்து ஓடினான் . . .
புதனில் அழுந்தக் காலூன்றி ஒரே ஒரு தாவு . . .
துப்பாக்கி ரவைகளுக்கும், கையெறி குண்டுகளுக்கும் தப்பி
வெள்ளியின் நிலத்தில் விழுந்து உருண்டான்.

(ஆட்டுதி அமுதே!)

கதிர்பாரதியின் கவிதை ஒன்று சினிமா பாடலின் வரியையே தலைப்பாகக் கொண்டது. காலத்தச்சனின் ஒரு கவிதை ‘ஜெய்ஹிந்த்’ படத்தில் இடம்பெறும் நகைச்சுவை காட்சி ஒன்றை நினைவுபடுத்துவது. இரண்டையும் துணிச்சலான முயற்சிகள் என்பேன் . . .

ஐ லவ் திஸ் லவ்வபிள் இடியட்

வேட்டி மட்டுமே உடுத்தும் மாமனுக்கு
வாக்கப்பட்ட அத்தையொருத்தி
தன் மனசுக்குள் மடித்து வைத்திருக்கிறாள்
பெல்பாட்டம் பேன்ட் ஒன்றை
யாருமற்ற பொழுதுகளில்
அதை வெளியே எடுத்து
உதறி
நீவிவிட்டு
மீண்டும் மடித்து வைத்துக்கொள்கிறாள்.
அப்போது மட்டும்
மிகச் சன்னமாக ஓலிக்க விடுவாள்

"யெஸ்... ஐ லவ் திஸ் இடியட்...
ஐ லவ் திஸ் லவ்வபிள் இடியயயட்..."
பாடலை.
மற்றபடி
மாமனுக்கு மூன்று பிள்ளைகள் பெற்றிருக்கிறாள்
அதிலொன்று இரட்டைப் பிரசவம்.

(ஆனந்தியின் பொருட்டு தாழப்பறக்கும் தட்டான்கள்)

உறக்க நடையாளனின் நீலப் பூச்செண்டு

கட்டிலை விட்டு
எழுந்தான்
உறக்க நடையாளன்

மீண்டும் ஒரு முறை
தன் ஆடைகளைத் திருத்திக்கொண்டான்

வாங்கி வைத்த
நீலப் பூச்செண்டை
எடுத்துக்கொண்டு
அறையைவிட்டு
வெளியே வந்தான்

இடப்பக்கம் திரும்பி
வலப்பக்கம் நடந்து
24/1ல் படியேறினால்
மேல்தளத்தில்
அவளின் வீடு

மென் காற்றின் வாசமெல்லாம்
அவளின் வாசம்

முடிந்த வரை உள்ளிழுத்து
ரொப்பிக்கொண்டான்
பூச்செண்டு குடுப்பதற்கு
முன் சொல்ல வேண்டிய வரிகளையும்
பின் சொல்ல வேண்டிய வரிகளையும்
ஓட்டிப் பார்த்துக்கொண்டான்
உறக்க நடையாளன்

கைக்கெட்டும் தூரத்தில்
மிதந்துகொண்டிருக்கிறது
அவளின் வீடு
மினுங்குமொரு கனவினைப் போல

ஏறிச்செல்கிறான்
24/1ன் படிகள் கரைகின்றன

கடைசிப்படியில்
அவன் மனதின் அதிர் கொட்டு
அவன் காதில் கேட்கிறது

பழைய யானைக் கடை

நீங்கள் ஏன் அலறுகிறீர்கள்
உறக்க நடையாளன்
ஏறி நிற்பது
அவன் வசிக்கும்
அடுக்கு மாடிக்குடியிருப்பின்
உச்சி
கைப்பிடிச் சுவரென்று?

அழைப்புமணி கேட்டு
அவனுக்கான
பொற்கதவை
அவள்
திறந்துவிட்டாள்

இவன்
இப்போது
வீட்டுக்குள்
சென்றுவிட்டான்
நீலப் பூச்செண்டுடன்

(அழகான ஆறு என்றான் சித்தார்த்தன்)

மேற்சொன்னவை உதாரணங்கள் மட்டும்தான். சமகால விளையாட்டின் முழுமையான திரட்டல்ல. ப்ரியத்திற்குரிய யுவன், இந்த 2017இல் தன் கூற்றைத் திரும்பப் பெற்றுக்கொள்வார் என்று நம்பலாம்.

விளையாட்டின் அழகியல்

'விளையாட்டுக் கவிதை' கவனத்தை ஈர்க்க வல்லது. மனதில் தங்கிவிடும் இயல்புடையது. பலநூறு கவிதைகளுக்கும் மத்தியில் அது தன் சிரித்த முகத்தைப் பளிச்சென்று காட்டிவிடுகிறது. ஆனால் கவிதையில் விளையாடுவதென்பது அப்படியொன்றும் விளையாட்டுக் காரியமல்ல. ஆபத்துக்கள் அதிகம். அடிக்கடி சொல்வது போல, டீக்கடைப் பெஞ்சில் அமர்ந்து பகடி பேசுவதும் கவிதைக்குள் பகடி பேசுவதும் ஒன்றல்ல.

நமது கவிதைச் சூழலில் ஒவ்வொரு கவிஞனின் நெற்றியிலும் ஒரு அடையாளம் ஒட்டப்பட்டுள்ளது. பகடி செய்யும் கவிஞனின் நெற்றியில் சற்று பெரிதாக கொட்டை எழுத்தில் இந்த அடையாளம் ஒட்டப்பட்டுள்ளது. அவன் என்ன செய்தாலும் பகடி என்பார்கள். அவன் நெஞ்சு நெஞ்சாகக் குத்திக்கொண்டு எழுதிய கவிதையை வாசித்து விட்டு..."சூப்பர் சார்...பகடி பின்னுது..." என்கிறான் வாசகன். கவிஞன் மனம் ஒடிந்து போகிறான். ஞானக்கூத்தனின் கவிதை ஒன்று உண்டு. எனக்கு மிகவும் பிடித்தது . . .

        அந்திமம்

    பூ உதிர்ந்த முல்லைக் காம்பாய்
    மரம் பட்ட
    சாலைக் கென்னை
    அனுப்பு முன்
    பேரைக் கொஞ்சம்
    சோதித்துப் பாருங்கள் ஸார்.

தடுக்கித் தடுக்கி விழுந்து நொண்டி, நொண்டி நடந்து வருவதற்குள் காலமாகிவிடுகிறது. இப்போதுதான் வந்து சேர்ந்த ஒருவனிடம், "எல்லாம் முடிந்துவிட்டது. உடனே கிளம்புங்கள்" என்று சொன்னால் அவன் என்ன செய்வான்? வாசித்த மாத்திரத்தில் கண்ணீரைப் பெருக்கவைத்த கவிதை. நண்பரொருவர் இந்தக் கவிதையையும் 'பகடி' என்றே சொன்னார். அன்றாட மொழியின் சாயல்களோடு இருக்கிற கடைசி இரண்டு வரிகள் அவரை அப்படி நம்பவைக்கின்றன என்று கருதுகிறேன்.

இன்று கவிதையில் பகடி செய்ய பலரும் முயல்கிறார்கள். குறிப்பாக புதிதாக எழுதத் துவங்குபவர்களை இது வெகுவாக ஈர்த்துள்ளது. ஆனந்த விகடனின் 'சொல்வனம்' பகுதியைத் தொடர்ந்து கவனித்தால் இதை உணர முடிகிறது. விளையாட்டாக இருப்பதாலேயே எளிது என்று எண்ணிக்கொண்டு சறுக்கிச் சறுக்கி விழுவது இங்கு தொடர்ந்து நிகழ்கிறது. என்னுடைய சில கவிதைகளின் மீதும் நண்பர்கள் இந்தக் குற்றச்சாட்டை சுமத்துவதுண்டு. உண்மையில் விளையாட்டுக் கவிதை அதிக கவனத்தைக் கோருவது. அடர்த்தியான சொற்களைக் கொண்டு தீவிரமாகக் கட்டி எழுப்பப்படும் சொற்கள் கவிதை ஆகிறதோ இல்லையோ, "கவிதை போல" ஆகிவிடும். எனவே கவி தப்பி விடுவார். விளையாட்டுக் கவிதைக்கு இந்தச் சலுகை இல்லை. அது எளிதில் அகப்பட்டுக்கொள்ளும். கரணம் தப்பினால் மரணம் என்பதே அதன் வாழ்வு.

தேவதேவனின் கவிதை ஒன்று . . .

ஒரு காதல் கவிதை

கட்டியணைத்து முத்தமிடவா முடியும்;
ஒரு காப்பி சாப்பிடலாம், வா

எளிய உடலோடு எந்தப் பூச்சுமற்று இருக்கிறது கவிதை. ஆனால் அவ்வளவு எளிதான விசயத்தைத்தான் பேசுகிறதா? இருவர் கட்டியணைத்துக்கொள்ள குறுக்கே நிற்பது எது? எனில், நிரம்பி வழியும் நம்முடைய காப்பி ஷாப்புகளில் உண்மையில் என்ன நடக்கிறது? விளையாட்டு போல் தெரிகிற இந்த இரண்டு வரிகளை வைத்துக்கொண்டு நம்முடைய பண்பாடு, கலாச்சாரம், ஒழுக்கம், மீறல், காதல், காமம் போன்றவைகளைக் குறித்து மணிக்கணக்காக விவாதிக்கலாம். அவ்வளவு விவாதிக்க இடமளிக்கிறது என்பதால் மட்டுமே இது கவிதை.

பேன் புராணம்

உன் பாலய நினைவுகளில்
உனக்கு அவ்வளவு இதமான கரங்கள்
எதுவென்று கேட்டாள்

பேட்டியெடுப்பவள்
எனக்குப் பேன் பார்த்த
என் அத்தையின் கரங்கள்தான் என்றேன்
இரண்டாம் யோசனையில்லாமல்

உன் முதல் தியானம்
எப்போது கூடியது என்று கேட்டான்
என் ஆசான்
பேன் பார்க்க என் தலையைக் கொடுத்த
முதல் தினத்தில்தான் என்றேன்

பேன்களற்ற என் தலையில்
துழாவித் துழாவி
பொய்யாய் ஒரு பேனைப் பிடித்து
தன் நகங்களில்
படீரென நசுக்குவதுபோல்
பாவனை செய்வாள் அம்மா
பின் என் வாழ்க்கையில்
நான் சந்தித்த எந்த பாவனையும்
அவ்வளவு ஆசுவாசமாக இருந்ததில்லை

உன்னை முழுமையாக
ஒப்புக்கொடுக்கும் முதல் தருணம்
இதுதானா என்று நீ கேட்கிறாய்
அணைத்துக்கொண்டே;
இல்லை என் அன்பே
எனக்கு நீ பேன் பார்த்த கணங்கள்தான்
என்னை அவ்வளவு முழுமையாக
ஆட்கொண்ட கணங்கள்

இப்போதும் எங்காவது
ஒரு அம்மா தன் சிறிய மகளுக்கு
பேன் பார்க்கும் காட்சியைக் காண்கிறேன்
ஒரு சின்ன ஈரைக் கண்டுபிடித்து உருவும்போது
அவள் இதயம் மெல்ல விம்முகிறது

இரண்டு சிநேகிதிகளில்
ஒருத்தி இன்னொருத்திக்கு
பேன் பார்த்துக்கொண்டே
பேசிக்கொண்டிருக்கிறார்கள்
இதயத்தை உடையச்செய்யும்
ரகசியமொன்றை
சொல்லவோ கேட்கவோ நேரும் போது
பேன் பார்க்கும் கைகள் நடுங்குகின்றன
அந்தத் தலையும் கொஞ்சம்
நடுங்குகிறது

முதல் பெண்ணுடன்
படுக்கையைப் பகிர்ந்துகொண்ட
நண்பன் ஒருவன்
மறுநாள் காலை

தன் தலையில் கடித்த பேன்களை
இன்னதென்று தெரியாமல்
தலையை பிய்த்துக்கொண்டதைச் சொன்னான்

பேன்களைக் கொல்ல
இப்போதெல்லாம் நிறைய
மருந்துகளும் ஷாம்புகளும் வந்துவிட்டன
ஒரு முறை கூட
கரத்தால் பேன் பார்க்கப்பட்ட
ஆன்மீக அனுபவம் கிட்டாத
ஒரு தலைமுறையே வந்துவிட்டது

பேன்கள் தொடர்பாகச் சொல்ல
இன்னும் எவ்வளவோ இருக்கின்றன
அந்தரங்கக் கதைகள்

புலிகளைக் காட்டிலும்
பேன்கள் நம் தேசிய விலங்காக
இருக்கத் தகுதி படைத்தவை
என்று சொல்வது
இந்த தேசத்தை அவமதிக்க அல்ல
மாறாக பேன்கள்
அன்பின் வடிவமாக இருப்பதால்
தேசத்தை அன்பு செலுத்தவும்
அவை நமக்குக் கற்றுத்தரலாம்
என்பதற்கே.

மனுஷ்யபுத்திரனின் இக்கவிதை பேன் பார்க்கும் நிகழ்வின் மாயங்களைப் பேசுகிறது. ஒரு சாதாரண நிகழ்வாகத் தெரிகிற, எழுதினால் சிரிப்பை வரவழைக்கும் ஒரு நிகழ்வின் புதிர்களை ஆராய விரும்புகிறது. அது என்னவிதமானதொரு விசித்திர அனுபவம்? என்கிற கேள்வியை எழுப்பிப் பார்க்கிறது.

மருந்துகளும் ஷாம்புகளும் வந்துவிட்டன.
ஒரு முறை கூட
கரத்தால் பேன் பார்க்கப்பட்ட
ஆன்மிக அனுபவம் கிட்டாத
ஒரு தலைமுறையே வந்துவிட்டது...

என்கிறது இதன் வரிகள். 'ஆன்மிக அனுபவம்' என்கிற வரியை வெறுமனே நாம் சிரித்துவிட்டுக் கடந்தால் அது நல்ல வாசிப்பல்ல என்பதே என் எண்ணம். இவ்வரிகளை வெறுமனே பகடி என்ற சொல்லால் மூடிவிட்டால், இரண்டு உயிர்கள் தம்முள் தொட்டுக்கொண்டிருக்கும்போது அவர்களுக்குள் அப்படி என்னதான் நடக்கிறது? என்கிற உளவியல் ரீதியான வினாவை நாம் தவறவிட்டு விடுகிறோம். ஏன் பேன் பார்க்கும்போது எல்லா ரகசியங்களும் வெளியரங்கமாகின்றன என்கிற விசித்திரத்தோடு சேர்த்தே இக்கவிதையை வாசிக்க வேண்டும்.

நீ இப்படி திடுதிப்பெனெ
பஸ்ஸைப் பிடித்து வந்து இறங்கினால்
எனக்கு அலுவலகத்தில்
பெர்மிஷன் போடுவது
மிகவும் கஷ்டம் வாணி ஸ்ரீ

என்கிற மனுஷின் வரிகளை வாசித்துவிட்டு வாய்விட்டுச் சிரித்ததாக முன்பு எழுதினேன். இவ்வரிகளைப் படித்துவிட்டு ஒருவன் புரண்டு புரண்டு அழுதிருக்கவும் வாய்ப்புண்டு அல்லவா? 'ஒரு சிவாஜிக்கு' நிஜமாகவே பெர்மிசன் கிடைக்காமல் போயிருக்கலாம் அல்லவா? வாணிஸ்ரீயைப் பார்ப்பதற்குக்கூட ஆபிஸில் பெர்மிசன் வாங்க வேண்டும் என்பதைவிட சிவாஜி களின் வாழ்க்கையில் வேறென்ன துயரமிருக்க முடியும்.

கவிதையில் காணும் நகையைத் தாண்டி அதன் தீவிரத்தை அடைவது வாசகனின் பொறுப்பு. வெறுமனே கிச்சுகிச்சு மூட்ட ஒரு கவிதை எழுதப்படுவதில்லை. அதற்கு எளிய நகைச்சுவைகள் போதுமானவை. விளையாட்டு, உண்மையில் கவிதைக்குள் அதன் தீவிரத்தைக் கூட்டவே துணை செய்கிறது. முன்னரே உதாரணம் காட்டிய ஷங்கரின் 'சிங்கத்துக்குப் பல் துலக்குபவன்' கவிதையில் ஷங்கர் விளையாட விளையாடத்தான் கவிதை தீவிரமடைகிறது.

சாப்ளின் தன் படங்களில் ஏராளமான கோமாளித்தனங் களைச் செய்கிறார். அதை ரசிக்கலாம். அதிலொன்றும் தவறில்லை. ஆனால் அதன் பின்னே இருக்கும் தீவிரத்தைக் காணத் தவறிவிடக் கூடாது.

விளையாட்டு விபரீதமாகக் கூடாது என்பது உலகியல் நீதி. அது கவிதைக்குப் பொருந்தாது. விபரீதத்தில் முடியும் விளையாட்டையே கவியம்மை விரும்புகிறாள். நமது கவிதைகளில் விளையாட்டு விபரீதமாகட்டும்!

சான்றுப்பட்டியல்

1. 'தொல்காப்பியம்' – உரை: புலியூர்க்கேசிகன் – தமிழ்வளர்ச்சித் துறை
2. 'குறுந்தொகை' – உரை: புலியூர்க்கேசிகன் – பாரி நிலையம்
3. 'குறுந்தொகை மூலமும் உரையும்' – உ.வே. சாமிநாதய்யர் – டாக்டர் உ.வே.சா. நூல் நிலையம்
4. 'கலித்தொகை' – உரை: முனைவர் சுப. அண்ணாமலை – கோவிலூர் மடாலயம் வெளியீடு
5. 'புறநானூறு' – உரை: ஞா. மாணிக்கவாசகன் – உமா பதிப்பகம்
6. 'திருமுருகாற்றுப்படை, பொருநராற்றுப்படை' – உரை: முனைவர் கதிர்முருகு – சாரதா பதிப்பகம்
7. 'பெரும்பாணாற்றுப்படை' – உரை: சோமசுந்தரனார் – கழக வெளியீடு
8. 'அக இலக்கியக் கோட்பாடுகள்' – முனைவர் கு. மங்கையர்க்கரசி – கலைச்செல்வி பதிப்பகம்
9. 'சிலப்பதிகாரம்' – பதிப்பும் உரையும்: ப. சரவணன் – சந்தியா பதிப்பகம்
10. 'ஐம்பெருங்காப்பியங்கள்' – உரை: ஜே. ஸ்ரீசந்திரன் – வர்த்தமானன் பதிப்பகம்
11. 'திருவாசகம்' – உரை: புலியூர்க்கேசிகன் – மணிவாசகர் பதிப்பகம்
12. 'நாலாயிர திவ்ய பிரபந்தம்' – உரை: இரா.வ. கமலக்கண்ணன் – வர்த்தமானன் பதிப்பகம்
13. 'திருக்குறள்' – பரிமேலழகர் உரை – சாரதா பதிப்பகம்

14. ‘திருக்குறள்’ – உரை: வ.சுப. மாணிக்கனார் – மணிவாசகர் பதிப்பகம்

15. ‘நாலடியார்’ – உரை: புலவர் து. அரங்கன் – கதிர் வெளியீடு

16. ‘நீதிநூற் கொத்து’–உரை: புலவர் ஆ. மாரிமுத்து – திருமுருகன் நிலையம்

17. ‘காரைக்கால் அம்மையார் படைப்புகள்’ – மூலமும் உரையும்: முனைவர் கதிர்முருகு, கு. சுபாஷிணி – சாரதா பதிப்பகம்

18. ‘நந்திக்கலம்பகம்’ – உரை: கதிர்முருகு – சீதை பதிப்பகம்

19. ‘கலிங்கத்துப்பரணி’ – உரை: வித்துவான் பெ. பழனிவேல பிள்ளை – கழக வெளியீடு

20. ‘சிற்றிலக்கியங்கள்’ – நாஞ்சில் நாடன் – தமிழினி பதிப்பகம்

21. ‘தனிப்பாடல் திரட்டு’ – உரை: புலவர் அ. மாணிக்கம் – பூம்புகார் பதிப்பகம்

22. ‘கம்பராமாயணம்’–முதன்மை பதிப்பாசிரியர்: அ.ச. ஞான சம்பந்தன் – கோவை கம்பன் அறநிலை

23. ‘கம்பர் கவியும் கருத்தும்’– கருத்திருமன் – தமிழ்ப் புத்தகாலயம் வெளியீடு

24. ‘கம்பன் கலை’ – அ.ச. ஞானசம்பந்தன் – கங்கை புத்தக நிலையம்

25. ‘வ.வே.சு. அய்யரின் கம்பராமாயணக் கட்டுரைகள்’ – பெ.சு. மணி – பூங்கொடி பதிப்பகம்

26. ‘பாரதியார் கவிதைகள்’ – பதிப்பாசிரியர் பழ. அதியமான் – காலச்சுவடு பதிப்பகம்

27. ‘பாரதியின் சுயசரிதைகள்’ – பதிப்பாசிரியர்: ஆ.இரா. வேங்கடாசலபதி – காலச்சுவடு பதிப்பகம்

28. ‘மகாகவி பாரதியார் கட்டுரைகள்’ – தொகுப்பாசிரியர்கள்: ஜெயகாந்தன், சிற்பி பாலசுப்ரமணியன் – சாகித்ய அகாடமி வெளியீடு

29. ‘சொல்வனம் மின்னிதழ்’ – இதழ்: 76

30. ‘பாரதியாரின் நகைச்சுவையும், நையாண்டியும்’ – ம.ப. பெரியசாமித் தூரன் –வானதி பதிப்பகம்

31. ‘அந்தக் காலத்தில் காப்பி இல்லை’ – ஆ.இரா. வேங்கடா சலபதி – காலச்சுவடு பதிப்பகம்

32. 'விழித்திருப்பவனின் கனவு' – கே.என். செந்தில் – காலச்சுவடு பதிப்பகம்

33. 'அத்துவான வெளியின் கவிதை' – விஷ்ணுபுரம் வாசகர் வட்டம் – சொல்புதிது பதிப்பகம்

34. 'வான்குருவியின் கூடு' – பெருமாள் முருகன் – நற்றிணை பதிப்பகம்

35. 'கம்பனின் அம்பறாத்தூணி' – நாஞ்சில் நாடன் – உமா பதிப்பகம்

36. 'உள்ளுணர்வின் தடத்தில்' – ஜெயமோகன் – தமிழினி பதிப்பகம்

37. காப்பிய இமயம் – என்.வி. நாயுடு – சாந்தி டிரஸ்ட், கோவை வெளியீடு

நவீனக் கவிஞர்களின் கவிதைகள் அவர்களின் தொகுப்புகளிலிருந்தும், இணையம் வழியாகவும் எடுக்கப்பட்டுள்ளது.